അയാൾ

Ayal
Novel

Rabeendranatha Tagore

Translation
Radhakrishnan Cheruvally

 CHINTHA PUBLISHERS
Thiruvananthapuram

First Edition
February 2021

Published
Chintha Publishers, Thiruvananthapuram

Typesetting
Sreebhadra, Thiruvananthapuram

Printed at

Cover Design
Vinod Mangoes

ISBN : 978-93-90301-39-3

CO - 2978 / 5412

Email: chinthapublishers@gmail.com
Website: www.chinthapublishers.com

Distribution
DESHABHIMANI BOOKHOUSE
H O Thiruvananthapuram 695035

Branch
Head Office Kunnukuzhi ● Statue Thiruvananthapuram
KSRTC Bus Station Alappuzha ● KSRTC Bus Station Ernakulam
Machingal Lane Thrissur ● IG Road Kozhikode
Mavoor Road Kozhikode ● NGO Union Building Kannur
Central Bus Terminal Complex Thavakkara Kannur

അയാൾ
നോവൽ

രബീന്ദ്രനാഥ ടാഗോർ

പരിഭാഷ:
രാധാകൃഷ്ണൻ ചെറുവല്ലി

ചിന്ത പബ്ലിഷേഴ്സ്
തിരുവനന്തപുരം-695 035

രബീന്ദ്രനാഥ ടാഗോർ (7 മേയ് 1861 – 7 ആഗസ്ത് 1941)

ദേബേന്ദ്രനാഥ ടാഗോർ, ശാരദാ ദേവി ദമ്പതികളുടെ പതിമൂന്നു മക്കളിൽ ഏറ്റവും ഇളയ മകനായി ജനിച്ചു. കവി, സംഗീതജ്ഞൻ, കലാകാരൻ എന്നീ നിലകളിൽ ആഗോള പ്രശസ്തൻ. ബംഗാളി സാഹിത്യത്തെയും സംഗീതത്തെയും ഇന്ത്യൻ ചിത്രകലയെയും 19-ാം നൂറ്റാണ്ടിന്റെ അവസാന കാലത്തെയും 20-ാം നൂറ്റാണ്ടിന്റെ ആരംഭത്തിലെയും സാന്ദർഭിക ആധുനികതയുടെ അടിസ്ഥാനത്തിൽ പുനർ രൂപകല്പന ചെയ്തു. ബംഗാളി സാഹിത്യത്തിന് പുതിയ രൂപഭാവങ്ങൾ നല്കി. *ഗീതാഞ്ജലി* എന്ന കാവ്യത്തിന് നോബൽ സമ്മാനം ലഭിച്ചു. ആയിരക്കണക്കിനു കവിതകളും പെയിന്റിങ്ങുകളും സ്കെച്ചുകളും പുസ്തകങ്ങളും രചിച്ചു. ശാന്തിനികേതനും വിശ്വഭാരതി സർവ്വകലാശാലയും സ്ഥാപിച്ചു.

രാധാകൃഷ്ണൻ ചെറുവല്ലി

നോവലിസ്റ്റ്, പരിഭാഷകൻ, യാത്ര എഴുത്തുകാരൻ, ചലച്ചിത്ര നിരൂപകൻ. നിലവിൽ സബ് എഡിറ്റർ. ചിന്ത പബ്ലി ഷേഴ്സ്.

ഫോൺ   : 9447010396

Email   : radhakrishnancheruvally@gmail.com

പ്രസാധകക്കുറിപ്പ്

രബീന്ദ്രനാഥ ടാഗോറിന്റെ വിഖ്യാത നോവലായ ഷേയുടെ പരിഭാഷയാണ് *അയാൾ*. ഒമ്പതു വയസ്സുള്ള തന്റെ പേരക്കിടാവിന് ഒരു കഥ പറഞ്ഞു കൊടുക്കുകയാണ് ടാഗോർ. ഒന്നിനു പുറകെ മറ്റൊന്നായി അറബിക്കഥ പോലെയോ വിക്രമാദിത്യൻ കഥ പോലെയോയുള്ള ഒന്ന്. അതിനിടയിൽ ആ കഥയിലെ കഥാപാത്രമായ "അയാൾ" കടന്നുവന്ന് കഥയെയും കഥാകഥനത്തെയും അട്ടിമറിക്കുന്നു. ഒരു കഥാ പാത്രം കഥയെത്തന്നെ ചോദ്യം ചെയ്യുന്ന അത്യപൂർവ്വമായ ഭാവനയാണ് ടാഗോർ ഇവിടെ പ്രയോഗിക്കുന്നത്. കുട്ടികൾക്ക് അത്യന്തം രസിക്കാവുന്ന നോവലാണിത്. സാഹിത്യത്തെ സംബന്ധിച്ച ഉയർന്ന ധാരണകളുള്ള മുതിർന്ന വർക്ക് അതിലേറെ ആഹ്ലാദം പകരുന്നതും. എക്കാലത്തും നവമായി നില്ക്കുന്ന ചിന്താപരമായ ആഴവും പരപ്പും സൗന്ദര്യബോധവുമുള്ള ടാഗോറിന്റെ ഈ അതുല്യ രചന വായനാസമൂഹത്തിനായി സമർപ്പിക്കുന്നു.

ചിന്ത പബ്ലിഷേഴ്സ്

എഴുത്തിന്റെ
സങ്കീർണ്ണതകളിലേക്കുള്ള സഞ്ചാരം

കഥ പറച്ചിലിന്റെ പെരുന്തച്ചനാണ് രബീന്ദ്രനാഥ ടാഗോർ. ഒന്നിനു പുറകേ മറ്റൊന്നായി മെനഞ്ഞു മെനഞ്ഞെടുത്ത് അനന്തമായി നീളുന്ന ഒരു കഥയെന്ന നിലയിലാണ് ടാഗോർ *ഷേ അഥവാ അയാൾ* എഴുതിയ ത്. ടാഗോർ തന്റെ ഒമ്പതു വയസ്സുള്ള പേരക്കിടാവിന് പറഞ്ഞുകൊടു ക്കുന്ന കഥയിൽ നിന്നുമാണ് "അയാൾ" ഇറങ്ങിവരുന്നത്. കഥാപാത്രം എഴുത്തുകാരനുമായും അനുവാചകനുമായി നിരന്തരം സംവാദത്തിൽ ഏർപ്പെടുകയാണ്. കുട്ടികളെപ്പോലെതന്നെ മുതിർന്നവരേയും ഈ പുസ്തകം ആകർഷിക്കും. അക്കാലത്ത് നിലനിന്നിരുന്നതും ഇപ്പോഴും വലിയ മാറ്റങ്ങളില്ലാതെ തുടരുന്നതുമായ രാഷ്ട്രീയ മത-ജാതി-ചിന്തകളെ കണക്കറ്റ് കളിയാക്കുന്ന നോവലിസ്റ്റ് ആധുനിക ശാസ്ത്രീയ ചിന്തകളെ ഈ പുസ്തകത്തിലേക്ക് ആനയിക്കുന്നു. കുട്ടികളെ ഉദ്ദേശിച്ചാണ് ഈ രചന എന്നദ്ദേഹം ഭാവിക്കുന്നു. അതിനിണങ്ങുന്ന ഭാഷയും രൂപപ്പെടു ത്തുന്നു. കുട്ടിക്കവിതകൾ ഇടയ്ക്കു ചേർക്കുന്നു. കുട്ടികളുടെ വികസ്വര മായ ഭാവനാ ലോകത്തിലൂടെ സഞ്ചരിച്ച് മുതിർന്നവരുടെ മസ്തിഷ്ക ത്തിനകത്ത് ഡയനമിറ്റുകൾ പൊട്ടിക്കുന്ന രീതി അധികമാരും പരീക്ഷിച്ചു കണ്ടിട്ടില്ല. 1937 ലാണ് "അയാൾ" ആദ്യമായി വെളിച്ചം കാണുന്നത്. ഒരു കഥയ്ക്കുള്ളിൽ നിരവധി അടരുകൾ കടന്നുവരുന്നു. കഥാപാത്രം തന്നെ കഥയിൽ ഇടപെട്ട് കഥയെയാകെ പൊളിച്ചെഴുതുന്നുണ്ട്. എഴുത്തിന്റെ സങ്കീർണ്ണതകളിലേക്കുള്ള സഞ്ചാരം കൂടിയാണീ കൃതി. ഭാവനയും യാഥാർത്ഥ്യവും എഴുത്തിന്റെ മണ്ഡലത്തിൽ എപ്രകാരമാണ് നിലനില്ക്കു ന്നത് എന്ന മൗലികചോദ്യവും ടാഗോർ ഇതിലൂടെ ഉയർത്തുന്നുണ്ട്. ഭാവ നാത്മക യാഥാർത്ഥ്യമോ യാഥാർത്ഥ്യാത്മക ഭാവനയോയെന്നു വിവേ

ചിച്ചു പറയാതെ എഴുത്തിന്റെയും മനസ്സിന്റെയും വൈരുദ്ധ്യാത്മകതയെ അന്വേഷിക്കുക കൂടിയാണീ കൃതിയിൽ ടാഗോർ.

എഴുതിയ വാക്കുകളിൽനിന്നും പുറത്തുകടക്കുന്ന "അയാൾ" എഴുത്തിന്റെ മൗലികതയെ വെല്ലുവിളിക്കുന്നുമുണ്ട്. കഥയുടെ മാത്രമല്ല കവിതയുടെയും രൂപഭാവങ്ങൾ കടന്നുവരുന്നുണ്ടിതിൽ. എവിടെനിന്നാണു കല പിറക്കുന്നത്? അതിന്റെ സ്വരൂപം എന്താണ്? ഇത്രയും ഗൗരവതരമായ സങ്കീർണ്ണതകളെയും എഴുത്തിന്റെ സംഘർഷസ്ഥലികളെയും ഒരു ബാലസാഹിത്യത്തിന്റെ രൂപത്തിനകത്തേക്കു സന്നിവേശിപ്പിക്കുക വഴി ടാഗോർ എന്തായിരിക്കും ലക്ഷ്യമിട്ടിരിക്കുക? ആ അന്വേഷണം വായനക്കാർക്കു വിടുന്നു. ടാഗോർ കൃതികളിലെ മൗലികമായ ബംഗാളി അന്തരീക്ഷം ചോർന്നു പോകാതിരിക്കാൻ പരിഭാഷയിൽ ശ്രദ്ധിച്ചിട്ടുണ്ട്. ടാഗോർ കൃതിയുടെ ജീവൻ ഭാഷാന്തരം നിർവ്വഹിച്ച ശേഷവും നിലനില്ക്കുന്നുവെങ്കിൽ ഞാൻ കൃതാർത്ഥനായി.

രാധാകൃഷ്ണൻ ചെറുവല്ലി

ഒന്ന്

ദൈവം തന്റെ അനാദിയായ പ്രതിഭകൊണ്ട് ലക്ഷണക്കണക്കിന്, കോടിക്കണക്കിന് മനുഷ്യരെ സൃഷ്ടിച്ചു. എന്നാലവരുടെ പ്രതീക്ഷകളെ തൃപ്തിപ്പെടുത്താൻ ദൈവത്തിനായില്ല. ഞങ്ങൾക്കു ഞങ്ങളുടേതായ ജന ങ്ങളെ സൃഷ്ടിക്കണമെന്നാണ് അവരിപ്പോൾ പറയുന്നത്. ജീവനുള്ള പാവ കളെക്കൊണ്ട് ദൈവം കളിപ്പിച്ചതുപോലെ ആളുകൾ അവർ സൃഷ്ടിച്ച പാവകളോടൊപ്പം കളിക്കാൻ തുടങ്ങി. പിന്നെ കുട്ടികൾ അവർക്കുചുറ്റും കൂടിനിന്ന് ഒരു കഥ പറഞ്ഞുതരൂ എന്നു കരയാൻ തുടങ്ങി. കഥ പറ ഞ്ഞുതരൂ എന്നു പറഞ്ഞാൽ അതിനർത്ഥം വാക്കുകൾകൊണ്ട് മനുഷ്യരെ സൃഷ്ടിക്കൂ എന്നാണ്. അങ്ങനെ പുതിയൊരുതരം സൃഷ്ടി ഉദയം ചെയ്തു. മുത്തശ്ശിക്കഥകളിലെ രാജകുമാരിമാരും മന്ത്രിമാരും പുത്രന്മാരും കളങ്കിതരായ രാജ്ഞിമാരും അവഗണിക്കപ്പെട്ട രാജ്ഞിമാരും മത്സ്യക ന്യകമാരും അറബിക്കഥകളും റോബിൻസൺക്രൂസോയും അങ്ങനെ പല പല കഥകൾ പിറന്നു. അവ വളർന്നു വളർന്ന് മനുഷ്യരുടെ എണ്ണത്തെ ക്കാൾ കൂടുതലായി. അവധി ദിവസങ്ങളിൽ പ്രായം ചെന്നവർ പതിനെട്ട ദ്ധ്യായമുള്ള *മഹാഭാരതം* പറഞ്ഞു. പുതിയ പുതിയ ആളുകളെ സൃഷ് ടിച്ചു. അങ്ങനെ എല്ലാ രാജ്യങ്ങളിലും കഥപറച്ചിലുകാരുടെ സമൂഹമു ണ്ടായി.

എന്റെ പേരക്കുട്ടിയുടെ നിർദ്ദേശപ്രകാരം ഞാനും ആ കഥപറച്ചി ലുകാരുടെ ഗണത്തിൽ ചേർന്നു. ഉണ്ടാക്കിയെടുത്ത കഥാപാത്രങ്ങൾക്ക് വിശ്വാസ്യതയുണ്ടാക്കാനുള്ള യജ്ഞത്തിലാണ് ഞാനിപ്പോൾ. അവർ കളി ക്കൂട്ടുകാർ മാത്രമാണ്. സത്യമോ കളവോയെന്നതൊന്നും ഇവിടെ പരി ഗണിക്കപ്പെടുന്നില്ല. കഥ കേൾക്കുന്നവൾക്ക് ഒമ്പതും പറയുന്നയാൾക്ക് എഴുപതിനപ്പുറവുമാണ് വയസ്സ്. ഒറ്റയ്ക്കിരുന്നാണ് ഇതൊക്കെ ചെയ്യൂ

ന്നത്. കഥയ്ക്കാവശ്യമായ അസംസ്കൃത വസ്തുക്കൾ വളരെ ലഘുവും ആനന്ദദായകവുമാണ്. ക്രമേണ കഥാനിർമ്മിതിയിൽ പുപ്പു എന്നോടൊപ്പം ചേർന്നു. ഇക്കാര്യത്തിൽ എന്നെ സഹായിക്കാൻ ഞാൻ വേറൊരാളെയും നിയമിച്ചിട്ടുണ്ട്. അയാളെപ്പറ്റിയുള്ള കൂടുതൽ കാര്യങ്ങൾ നിങ്ങൾ വഴിയേ അറിയും.

'ഒരിടത്തൊരിടത്തൊരു രാജാവുണ്ടായിരുന്നു' എന്നു പറഞ്ഞാ ണല്ലോ സാധാരണയായി കഥകൾ തുടങ്ങുന്നത്. എന്നാൽ 'ഒരിടത്തൊരു മനുഷ്യനുണ്ടായിരുന്നു' എന്ന് പറഞ്ഞുകൊണ്ടാണെന്റെ കഥ തുടങ്ങി യത്. എന്റെയീ കഥയിൽ ആളുകൾ സാധാരണയായി പറയുന്ന കഥ യുടെ പൊടിപോലുമുണ്ടായിരുന്നില്ല. സാധാരണയായി ബംഗാളി നാടോടി ക്കഥകളിൽ കാണാറുള്ളതുപോലെ അങ്ങകലെയകലെയുള്ള തേപാന്തര ദേശവും താണ്ടി തന്റെ മാന്ത്രിക കുതിരപ്പുറത്തേറി അയാൾ എങ്ങും പോയിരുന്നില്ല. ഒരു രാത്രിയിൽ ഏകദേശം പത്തുമണി കഴിഞ്ഞപ്പോഴാണ് 'അയാൾ' എന്റെ മുറിയിലേക്കു കയറി വന്നത്.

"ദാദാ എനിക്കു വിശക്കുന്നു"

വന്നു കയറിയയുടൻ അയാൾ പറഞ്ഞു.

രാജകുമാരന്മാരുടെ പല കഥകൾ ഞാൻ കേട്ടിട്ടുണ്ട്. അവരിലാർക്കെ ങ്കിലും വിശക്കുന്നതായി പറഞ്ഞു കേട്ടിട്ടില്ല. തുടക്കത്തിൽത്തന്നെ ഒരാൾക്ക് വിശക്കുന്നു എന്നു പറഞ്ഞുകേട്ടതിൽ എനിക്ക് സന്തോഷം തോന്നി. വിശക്കുന്ന മനുഷ്യരുമായി ചങ്ങാത്തം കൂടാൻ വളരെ എളുപ്പ മാണ്. അവരെ സന്തുഷ്ടരാക്കാൻ നിങ്ങൾക്ക് ഇടവഴിയുടെ വളവും കഴിഞ്ഞ് ഏറെ ദൂരമൊന്നും പോകേണ്ടിവരില്ല.

അയാൾ ആഹാരം തേടിയിറങ്ങിയതൊന്നുമല്ലെന്ന് എനിക്കു മന സ്സിലായി. തന്റെ മുന്നിലുള്ള മീൻതലക്കറിയും വെള്ളരിക്കയിട്ടു വച്ച കൊഞ്ചുകറിയും അയാൾ തിന്നു. മീൻമുള്ളുകൾ പച്ചക്കറിയും ചേർത്തു വേവിച്ചെടുത്തതും അയാൾ തിന്നു വെടിപ്പാക്കി. ബസാറിൽ നിന്നുമുള്ള രസഗുളയിട്ടു കൊടുക്കാൻ പാകത്തിൽ ഉണ്ടായിരുന്നെങ്കിൽ അതിലൊരു പാത്രത്തിൽ അയാളതു സ്വീകരിക്കുമായിരുന്നു. അത്രയ്ക്ക് തുടച്ചു വൃത്തി യാക്കപ്പെട്ടിരുന്നു ആ പാത്രങ്ങൾ. ചിലപ്പോൾ അയാൾക്ക് ഐസ്ക്രീമി നോട് താല്പര്യമുണ്ടായിരുന്നിരിക്കണം. അയാളത് നൊട്ടി നുണച്ചിറക്കു ന്നതു കാണുമ്പോൾ എനിക്ക് മജുംദാറിന്റെ മരുമകനെ ഓർമ്മവരും.

തോരാതെ മഴപെയ്തു കൊണ്ടിരുന്ന ഒരു പകൽ. അടുത്തുള്ള ഒരു പാടത്തിന്റെ ചിത്രം വരച്ചുകൊണ്ടിരിക്കുകയായിരുന്നു ഞാൻ. വടക്കുഭാ ഗത്തായി ചെമ്മൺപാത പാമ്പിനെപ്പോലെ വളഞ്ഞു പുളഞ്ഞു കിടന്നു. തെക്കുഭാഗത്തായി വിശാലമായ തരിശുപാടം. കാറ്റടിക്കുമ്പോൾ തരിശു പാടത്തെ ചെടികൾ തിരമാലകൾ പോലെ ഇളകി. അങ്ങിങ്ങായി ഈന്ത പ്പനകൾ നില്പുണ്ട്. അങ്ങകലെ യാചകരെപ്പോലെ ആകാശത്തേക്കു കൈകളുയർത്തി ഏതാനും മരങ്ങൾ തൊഴുതുനിന്നു. ആ മരങ്ങൾക്ക പ്പുറം നീലാകാശത്തിന്റെ താഴ്വാരങ്ങളിൽ കറുത്ത മേഘക്കൂട്ടങ്ങൾ

കാണാനായി. മേഘങ്ങളെ കണ്ടാൽ സൂര്യനെ തന്റെ കൂർത്ത നഖങ്ങൾ കൊണ്ട് അള്ളിപ്പറിക്കാൻ പതുങ്ങിയിരിക്കുന്ന കടുവയെപ്പോലെ തോന്നി. തളികയിൽ ചായങ്ങൾ കൂട്ടിക്കലർത്തി ആ രംഗം വരയ്ക്കുവാൻ തുട ങ്ങുകയായിരുന്നു ഞാൻ.

ആരോ വാതിൽ ഉന്തി തുറക്കുമ്പോൾ ഞാൻ കണ്ടത് ഒരു കള്ള നെയോ രാക്ഷസനെയോ പട്ടാളത്തലവന്റെ പുത്രനെയോ ആയിരുന്നില്ല. അത് അയാളായിരുന്നു. ആപാദചൂഡം നനഞ്ഞൊട്ടിനില്ക്കുകയായിരുന്നു അയാൾ. വൃത്തിഹീനമായ വസ്ത്രങ്ങളിൽനിന്നും വെള്ളത്തുള്ളികൾ ഇറ്റി റ്റുവീണു. അയാളുടെ മുണ്ടിന്റെ അറ്റത്തും ചെരുപ്പിലും കട്ടച്ചെളി പറ്റിപ്പി ടിച്ചിരിക്കുന്നു.

"എന്തുവേണം?"

ഞാൻ ചോദിച്ചു.

"കത്തുന്ന വെയിലത്താണ് ഞാനിറങ്ങിയത്. പാതിവഴിയെത്തിയ പ്പോൾ പെരുമഴ തുടങ്ങി. അങ്ങയുടെ പഴയ കിടക്കവിരി കിട്ടിയിരുന്നെ ങ്കിൽ നനഞ്ഞ തുണി മാറ്റി പുതയ്ക്കാമായിരുന്നു."

എനിക്ക് എതിർക്കാനായില്ല. അയാൾ എന്റെ ലഖ്നൗ പുതപ്പ് കിട ക്കയിൽനിന്നും ഊരിയെടുത്തു. തന്റെ നനഞ്ഞ തുണികൾ അഴിച്ചു മാറ്റി, പുതപ്പെടുത്തു പുതച്ചു. കിടക്കയിൽ കാശ്മീരി കമ്പളമല്ല വിരിച്ചിരുന്ന തെന്നത് എന്റെ ഭാഗ്യം.

"ദാദ. ഞാനൊരു പാട്ടു പാടിത്തരട്ടെ."

പൊടുന്നനേ അയാൾ ചോദിച്ചു.

എന്റെ ബ്രഷുകൾ തളികയിലേക്കു വയ്ക്കുകയല്ലാതെ മറ്റു മാർഗ്ഗ മുണ്ടായില്ല.

"ഓ ശ്രീകാന്താ

സുന്ദര കളേബരാ

യമനിഴലുകൾ നിന്നിലും വീഴുമല്ലൊരു നാൾ..."

എന്റെ മുഖഭാവം കണ്ട് അയാളെന്തെങ്കിലും സംശയിച്ചോ എന്നെ നിക്കറിയില്ല.

"മറ്റ് നാഗരികതകളിൽ നിന്നെല്ലാം അകന്ന് പാപപുണ്യങ്ങളുടെ തട്ടു കൾ തൂക്കി ശിഷ്ടകാലം കഴിക്കുക. നിങ്ങളുടെ പാട്ട് സഹിക്കാനാകു മെങ്കിൽ ചിത്രഗുപ്തൻ ആ പണി തുടർന്ന് ഏറ്റെടുക്കും."

ഞാൻ പറഞ്ഞു.

"അങ്ങയുടെ ഈ വല്യേച്ചി (പുപ്പുവിനെ അങ്ങനെയാണ് അയാൾ വിളിക്കുക) ഹിന്ദുസ്ഥാനി സംഗീതം അഭ്യസിക്കുന്നുണ്ടല്ലോ. ഞാൻ കൂടി ചേർന്നാലോ..."

ഇതായിരുന്നു അയാളുടെ നിർദ്ദേശം.

"അവൾക്കു സമ്മതമെങ്കിൽ എനിക്കെന്തു പ്രശ്നം."

"എനിക്കവളെ ഭയങ്കര പേടിയാണ്."

ഈ സമയത്ത് ഉറക്കെ ചിരിച്ച് പുപ്പു കടന്നുവന്നു. കഥകളിലെ ഭൂത

ത്താനെപ്പോലെ തന്നെ ഒരാൾ ഭയപ്പെടുന്നു എന്നറിഞ്ഞതിൽ അവൾക്ക്
ആഹ്ലാദം മറച്ചുവയ്ക്കാനായില്ല.

ആ ദയാമൂർത്തി കനിഞ്ഞു.

"പേടിക്കണ്ട ഞാനൊന്നും ചെയ്യില്ല."

"അമ്പോ.... ആർക്കാണ് നിന്നെ പേടിയില്ലാത്തത്?

രണ്ടു കിണ്ണം നിറയെ പാല് നീയെന്നും അകത്താക്കുകയല്ലേ... നിന്റെ
ബലം അപാരം. ഇന്നാളൊരു ദിവസം ആ കടുവ നിന്റെ നേരെ ഒരിക്കലേ
നോക്കിയുള്ളൂ. നിന്റെ കൈയിലിരിക്കുന്ന വടികണ്ട് പേടിച്ചിട്ട് അത് വാല്
കാലുകൾക്കിടയിൽ തിരുകി നൂതുമാമീടെ കട്ടിലിനടിയിലൊളിച്ചത് നീ
മറന്നോ?"

ഞാൻ ചോദിച്ചു.

നമ്മുടെ യുവനായിക അങ്ങേയറ്റം സംപ്രീതയായി. അവളെക്കണ്ട്
പേടിച്ചോടിയ ഒരു കരടി ബാത്ത് ടബ്ബിൽ വീണ കഥ അവളെന്നെ ഓർമ്മി
പ്പിച്ചു.

ഞാൻ ഈ മനുഷ്യന്റെ ചരിത്രം നിർമ്മിച്ചെടുക്കാൻ പാടുപെടുക
യായിരുന്നു. അവളാകട്ടെ അവൾക്കു തോന്നിയതുപോലെ അതിനോടു
കൂട്ടിച്ചേർക്കുകയും. ഷേവിങ് ബ്ലേഡും ഒഴിഞ്ഞ ബിസ്കറ്റ് ടിനും എടു
ക്കാനാണയാൾ മൂന്നുമണിക്ക് എന്റെ മുറിയിൽ വന്നതെന്ന് ഞാൻ പറ
ഞ്ഞെന്നിരിക്കട്ടെ, ഉടൻ അവൾ പറയും അവളുടെ തുന്നൽ സാധനങ്ങ
ളുമായി അയാൾ ഓടിപ്പോകുന്നതു കണ്ടെന്ന്!

എല്ലാ കഥകൾക്കും ഒരു തുടക്കവും ഒടുക്കവുമുണ്ട്. എന്നാൽ ഒരി
ടത്തൊരു മനുഷ്യനുണ്ടായിരുന്നു എന്ന കഥയ്ക്ക് ഒരു അവസാനവുമില്ല.
അയാളുടെ ചേച്ചിക്ക് സുഖമില്ലാതാകുന്നു. അയാൾ ഡോക്ടറെ കാണാൻ
പോകുന്നു. അയാളുടെ പട്ടിയായ തൊമ്മിയുടെ മോന്ത ഒരു പൂച്ച അള്ളി
പ്പറിക്കുന്നു. അയാൾ ഒരു കാളവണ്ടിയിൽ കയറിപ്പറ്റി വണ്ടിക്കാരനുമായി
വഴക്കിടുന്നു. വണ്ടിയിൽനിന്നും ഉരുണ്ടുവീണ് അലക്കുസ്ഥലത്തിരുന്ന
കുടം ഉടയുന്നു. മോഹൻ ബഗാന്റെ പന്തുകളി കാണാൻ പോയപ്പോൾ
പോക്കറ്റിലുണ്ടായിരുന്ന മൂന്നണ പോക്കറ്റടിക്കപ്പെടുന്നു. അതുവഴി
ബീനനാഗയുടെ കടയിൽനിന്നും വാങ്ങി നുണയാമെന്നു കരുതിയ മിഠായി
നഷ്ടമാകുന്നു. കൂട്ടുകാരനായ കിനു ചൗധരിയുടെ വീട്ടിൽനിന്നും ഉരു
ളക്കിഴങ്ങു ചേർത്തു വറുത്ത കൊഞ്ച് വലിച്ചുവാരി തിന്നുന്നു. എല്ലാ ദിവ
സവും അയാൾ ഈ വഴിയേ സഞ്ചരിക്കുന്നുണ്ട്. ഇപ്പോഴിപ്പോഴായി
പുപ്പുവും അയാളുടെ കഥയിൽ ചിലതെല്ലാം കൂട്ടിച്ചേർക്കുന്നു. ഒരു
ദിവസം വൈകുന്നേരം അയാൾ അവളുടെ മുറിയിലേക്ക് കയറിച്ചെന്ന്
അവളുടെ അമ്മയുടെ പാചക പുസ്തകം അലമാരയിൽ തപ്പുന്നു. അയാ
ളുടെ കൂട്ടുകാരൻ സുധാകാന്തന് വാഴക്കുമ്പ് തോരൻ എങ്ങനെയുണ്ടാ
ക്കാമെന്നു പഠിക്കാനാണത്രെ! വേറൊരു ദിവസം വന്ന് തലയിൽ
തേയ്ക്കാൻ വെളിച്ചെണ്ണ വാങ്ങുന്നു. തല കഷണ്ടിയായി വരുന്നതിൽ
അവൻ ഉൽക്കണ്ഠാലുവാണു പോലും. എന്റെ കൊച്ചു മരുമകനും സംഗീ

തജ്ഞനുമായ 'ദിനേശൻ ദാ'യുടെ വീട്ടിൽ ചെന്നുനിന്ന് അല്പം പാട്ടു കേൾക്കുന്നു. ദിനേശൻ നിദ്രയിലേക്കാണ്ടപ്പോൾ അയാൾ ചാരുള്ള ബഞ്ചി ലേക്കു ചായുന്നു.

നമ്മുടെയീ 'ഒരിടത്തൊരു മനുഷ്യനുണ്ടായിരുന്നു' എന്നയാൾക്ക് യഥാർത്ഥത്തിൽ ഒരു പേരുണ്ട്. എന്നാൽ ഞങ്ങൾക്കിരുവർക്കും മാത്രമേ അതറിയാവൂ. ഞങ്ങളത് ആരോടും പറയാനും പോകുന്നില്ല. എന്റെ കഥയെ അയാളിങ്ങനെ കളിയാക്കും.

'ഒരിടത്തൊരു രാജാവുണ്ടായിരുന്നു. അദ്ദേഹത്തിന് ഒരു പേരുണ്ടായി രുന്നില്ല. രാജകുമാരനും ഇല്ലായിരുന്നു, പേർ. തറവരെ മുട്ടുന്ന മുടിയു ള്ളവളും രത്നങ്ങൾ തിളങ്ങുന്നതുപോലെ ചിരിക്കുന്നവളുമായ രാജകു മാരിക്കും പേരുണ്ടായിരുന്നില്ല. അവർ ഒട്ടും പ്രശസ്തരായിരുന്നില്ല. എന്നാൽ ഓരോ വീട്ടുകാർക്കും അവരെ അറിയാമായിരുന്നു.

നമ്മുടെ ഈ മനുഷ്യനെ ഞങ്ങൾ 'അയാൾ' എന്നാണു പറയുക. ആരെങ്കിലും അയാളുടെ പേരു ചോദിച്ചാൽ ഞങ്ങൾ കൗശലത്തോടെ പരസ്പരം നോക്കി കണ്ണിറുക്കും. വല്യേച്ചി ഗൗരവം നടിച്ച് പറയും:

"ഊഹിച്ചെടുത്തോളൂ. അത് 'പ'യിലാണു തുടങ്ങുന്നത്."

ചിലരതിനെ പ്രിയാനാഥ് എന്നും മറ്റു ചിലർ പഞ്ചാനനനെന്നും കരുതി.

ചിലരാകട്ടെ പഞ്ചകാരിയെന്നോ പീതാംബരൻ എന്നോ ഊഹിച്ചു. പരേശ്, പീറ്റേഴ്സ്, പ്രെസ്കോട്ട് പീർബക്സ്, പിയാർഖാൻ എന്നെല്ലാം കരുതിയവരുമുണ്ട്.

ഇത്രയുമെഴുതി കഴിഞ്ഞപ്പോൾ എന്റെ പേന നിശ്ചലമായി.

ആകാംക്ഷാപൂർവ്വം ആരോ ചോദിക്കുന്നു.

"കഥ പുരോഗമിക്കുമല്ലോ, അല്ലേ?"

ആരെപ്പറ്റിയാണ് ഈ കഥ? നമ്മുടെ 'അയാൾ' രാജകുമാരനല്ല. വെറും സാധാരണക്കാരൻ. അയാൾ ഭക്ഷിക്കുന്നു, ഉറങ്ങുന്നു, ഓഫീസിൽ പോകുന്നു, അയാൾക്ക് സിനിമാക്കമ്പമുണ്ട്. എല്ലാവരും എല്ലായിപ്പോ ഴുംചെയ്യുന്ന കാര്യങ്ങളിലുണ്ട് അയാളുടെ കഥ. നിങ്ങളുടെ മനസ്സിലെ കണ്ണാടിയിലേക്ക് അയാളെ ആവാഹിച്ചെടുക്കുക. എന്തൊക്കെയാവും നിങ്ങളതിൽ കാണുന്നത്? അയാൾ ഒരു കടത്തിണ്ണയിലിരുന്ന് രസഗുള തിന്നുന്നു. അതിന്റെ ചാറ് ഒലിച്ച് പോക്കറ്റിലേക്കിറ്റു വീഴുന്നത് അയാൾ അറിയുന്നില്ല. പോക്കറ്റിൽനിന്നും നിറം മങ്ങിയ മുണ്ടിലേക്കതു വീണതും അയാളൊട്ട് അറിഞ്ഞില്ല. അതുതന്നെ ഒരു കഥയാണ്.

"എന്നിട്ട്?" നിങ്ങൾ ചോദിക്കുന്നു.

അയാൾ ട്രാമിലേക്ക് ഓടിക്കയറുന്നതും പോക്കറ്റിൽ തപ്പിനോക്കി യപ്പോൾ ചില്ലിക്കാശില്ലെന്നു കണ്ട് തിരികെ ചാടുന്നതും നിങ്ങൾക്ക് കാണിച്ചുതരാൻ എനിക്കാകും.

"എന്നിട്ട്?" നിങ്ങൾ വീണ്ടും ചോദിക്കുന്നു.

അത്തരം സംഭവങ്ങൾ മുടങ്ങാതെ കാണുക.

ബാരാബസാർ മുതൽ ബഹുബസാർ വരെയും ബഹു ബസാ
റിൽനിന്നും നിമ്തല വരെയുള്ള കാഴ്ചകൾ ഒഴിവാക്കരുത്.

ആരോ ചോദിച്ചു.

"കഥകൾ അസാധാരണമാവണ്ടേ? ബരാബസാറിനും ബഹുബസാ
റിനും നിമ്തലയ്ക്കും അപ്പുറമുള്ളത്."

"തീർച്ചയായും അങ്ങനെയാകാം; അങ്ങനെ അല്ലാതെയുമാകാം.
ആകുമ്പോൾ ആകുന്നു; അല്ലെങ്കിൽ അങ്ങനെ" ഞാൻ പറഞ്ഞു.

"എന്നാൽ ശരി. തലയും വാലും താളവും യുക്തിയും അന്തവും
കുന്തവും ഇല്ലാതെ തോന്നുംപോലെ പോകട്ടെ, അല്ലേ?"

'അയാൾ' വിടാനുള്ള ഭാവത്തിലല്ല.

ഇതെല്ലാം തികഞ്ഞ ധിക്കാരമാണ്. സൃഷ്ടിയുടെ പരമമായ നിയമ
ങ്ങളെ ലംഘിക്കുകയയോ! സംഭവിക്കാൻ പാടില്ലാത്തതൊന്നും സംഭവി
ക്കാനോ പാടില്ല! അതാണു നിയമം. ഭാവനയുടെ ലോകത്തിൽ ഇതെല്ലാം
അസ്സഹനീയമാണ്. തന്റെ അധികാരത്തിന്റെ ദന്തഗോപുരത്തിൽനിന്നും
കടുപ്പമേറിയ ഈ നിയമങ്ങളുടെ സ്രഷ്ടാവ് പുറത്തു കടക്കട്ടെ. അവിടെ
വച്ചയാളെ കളിയാക്കിയാൽ നാം ശിക്ഷയെ ഭയക്കേണ്ട. ഒന്നുമല്ലെങ്കിൽ
അത് അയാളുടെ മേഖലയല്ലല്ലോ.

അയാൾ ഒരു മൂലയിൽ ഇരിക്കുകയായിരുന്നു.

"ദാദാ, തന്റെ പേരിനെപ്പറ്റി പറയാനുള്ളതെല്ലാം പറഞ്ഞോളൂ. ഞാൻ
കേസൊന്നും കൊടുക്കാൻ പോകുന്നില്ല."

അയാൾ പിറുപിറുത്തു.

ഞാൻ ഈ മനുഷ്യനെ നിങ്ങൾക്കു ശരിയായി പരിചയപ്പെടുത്തേ
ണ്ടതുണ്ടെന്നു തോന്നുന്നു. പുപ്പുവിന് ഞാൻ പറഞ്ഞുകൊടുക്കുന്ന ഈ
കഥയുടെ നെടുംതൂൺ വാക്കുകൾകൊണ്ടു മെനഞ്ഞെടുത്ത ഒരു സർവ്വ
നാമമാണ്. അതുകൊണ്ട് അയാളെക്കൊണ്ട് എനിക്ക് എന്തും ചെയ്യിക്കാം.
വേണ്ടാത്ത ചോദ്യങ്ങൾക്കുമുന്നിൽ തുള്ളിക്കളിക്കുകയും വേണ്ട. സൃഷ്ടി
ക്കപ്പെടാത്ത ഒരു ജന്മത്തിന് ദൃക്സാക്ഷിയായവനെന്ന നിലയിൽ ആ
ജീവിക്ക് മാംസവും ചോരയും നല്കേണ്ടത് എന്റെ ബാദ്ധ്യതയാകുന്നു.
സാഹിത്യക്കോടതിയിൽ കാര്യങ്ങൾ കൈവിട്ടു പോകുമ്പോൾ അയാൾ
സാക്ഷിയാവും. വെറുമൊരു വക്കീൽ മാത്രമായ തന്റെ ഭാഗത്തുനിന്നും
സൂചന കിട്ടിയയുടനേ അയാൾ സൗമ്യനായി പറഞ്ഞുതുടങ്ങും. കുംഭ
മേള കാണാനായി കാഞ്ച്റപ്പാറയിൽ പോയപ്പോൾ ഒന്നു മുങ്ങി നിവ
രാനായി ഗംഗയിലിറങ്ങി. ഒരു മുതല വന്ന് കുടുമയുടെ അറ്റം കടിച്ചോണ്ടു
പോയി. ബാക്കിയുംകൊണ്ട് ചൂടുപിടിച്ചു കിടന്ന കരയിലേക്കോടികേറി.
മുറിഞ്ഞുപോയ ഭാഗത്തിന്റെ പൊടിപോലും കിട്ടിയില്ല. കണ്ണൊന്നടച്ചു
തുറന്ന് അയാൾ തെല്ലും കൂസലില്ലാതെ തുടർന്നു. ബ്രിട്ടീഷ് പട്ടാളത്തിലെ
വിളറി വെളുത്ത മുങ്ങൽ വിദഗ്ദ്ധന്മാർ ഏഴുമാസക്കാലം പുഴക്കരയിൽ
അരിച്ചുപെറുക്കിയതിനുശേഷമാണ് അറ്റുപോയ കുടുമ കണ്ടെടുക്കാനാ
യത്. കണ്ടെടുത്തപ്പോഴാകട്ടെ അതിൽ അഞ്ചാറുരോമം മാത്രമേ ശേഷി

ച്ചുള്ളു. മുങ്ങൽ വിദഗ്ദ്ധർക്ക് കാൽരൂപ കൊടുത്തു. എന്നിട്ട് എന്നെ ങ്ങാനും പുപ്പു ചോദിക്കുകയാണെങ്കിൽ അയാൾ പറഞ്ഞു തുടങ്ങും. എങ്ങനെയാണു താൻ ഡോ. നീലരത്തന്റെ കാലുകളിൽ വീണ് എന്തെ ങ്കിലും അത്ഭുതപ്പശ ഉപയോഗിച്ച് കുടുമ ഒട്ടിച്ചു തരാൻ അപേക്ഷിച്ച തെന്നും പൂജിച്ചെടുത്ത പൂവ് തിരുകാൻ കുടുമയില്ലാതെ കഷ്ടപ്പെടു ന്നുവെന്ന കാര്യം എങ്ങനെയാണ് ബോദ്ധ്യപ്പെടുത്തിയതെന്നും വർ ണ്ണിക്കും. പണ്ടൊരു സന്ന്യാസി ഡോക്ടർക്കു നല്കിയ അത്ഭുതക്കുഴമ്പ് ഉപയോഗിച്ച് കുടുമ ഒട്ടിച്ചെടുത്തയുടനെ ഒരു പഴുതാരയെപ്പോലെ മുടി കൾ മുളച്ച് ഇഴയാൻ തുടങ്ങിയത് വിവരിക്കും. നമ്മുടെ 'അയാൾ'ക്ക് ഒരു തലേക്കെട്ടുണ്ടെങ്കിൽ അതൊരു ബലൂൺ പോലെ വീർത്തുവരും. രാത്രി അയാളുടെ തലയണയിൽ വിശ്രമിക്കുന്ന മുടിക്കെട്ടു കണ്ടാൽ ഒരു വലിയ മരത്തവളയെ ഓർത്തുപോകും. മുടിയെ ക്രമത്തിൽ നിർത്താനായി അയാൾക്കൊരു ക്ഷുരകനെ സ്ഥിരമായി നിയമിക്കേണ്ടിവന്നു. അയാളുടെ തല ഓരോ മൂന്നുമണിക്കൂറിലും വടിച്ചിറക്കേണ്ടിവരുന്നു!

കേശവിക്കാർക്കു തൃപ്തിയായില്ലെന്നു തോന്നുകയാണെങ്കിൽ അയാൾ ഏറ്റവും ദയനീയ ഭാവത്തിൽ കഥ തുടരും. മെഡിക്കൽ കോളേ ജിലെ സർജൻ അദ്ദേഹത്തിന്റെ കുപ്പായക്കൈകൾ തെറുത്തുകേറ്റി തല തുളയ്ക്കാനുള്ള സാമഗ്രികൾ തയ്യാറാക്കി. ഇനിയും മുടി മുളച്ചുവരാതി രിക്കാൻ തലയിൽ പശ പുരട്ടി റബ്ബർ ഷീറ്റിന്റെ ചെറുക്ഷണം കൊണ്ട് അടയ്ക്കാനുള്ള തയ്യാറെടുപ്പിലാണ്. ഈ ജന്മത്തിലോ അടുത്ത ജന്മ ത്തിലോ ആ കുടുമ ഇനി മുളച്ചു വരരുത്. എന്നാൽ ഓപ്പറേഷൻ നട ന്നാൽ നേരിട്ട് അടുത്ത ജന്മത്തിലേക്കു കടക്കേണ്ടിവരും എന്ന ഭീതി യാൽ അയാൾ പിന്മാറിക്കളഞ്ഞു.

നമ്മുടെ ഈ അയാളുണ്ടല്ലോ വളരെ അപൂർവ്വ ജനുസ്സിൽപ്പെട്ട ഒരു വനാണ്. ലക്ഷത്തിലൊരുവൻ. അസത്യങ്ങൾ ഉണ്ടാക്കിയെടുക്കുന്നതിൽ അപാരമായ കഴിവുണ്ട് അയാൾക്ക്. അയാളെപ്പോലൊരുവനെ സഹായി യായി കിട്ടിയതിനാൽ എനിക്ക് കഥകൾ മെനഞ്ഞെടുക്കാൻ എളുപ്പമാ യി. ഞാനീ അത്ഭുത മനുഷ്യന്റെ കഥകൾ പൊടിപ്പും തൊങ്ങലും ചേർത്ത് പുപ്പു വല്യേച്ചിയോട് പറയും. അയാളെ കാണുമ്പോൾ അവളുടെ കണ്ണു കൾ അതിശയത്തോടെ തള്ളിവരും. സന്തോഷത്താൽ മതിമറന്ന അവൾ അയാളുടെ പള്ള ജിലേബിയാൽ നിറയ്ക്കും. ജിലേബിയും സിക്ദർപാറ ലെയിനിലെ കടയിൽ നിന്നുകിട്ടുന്ന ചംചമും അയാൾക്ക് ജീവനാണ്.

"നിങ്ങൾ എവിടെയാണു താമസം?"

പുപ്പു വല്യേച്ചി ചോദിക്കും.

"ചോദ്യചിഹ്ന ഇടവഴിക്കപ്പുറം 'ഏതോ'യെന്നു പേരുള്ള പട്ടണ ത്തിൽ."

അയാളുടെ പേര് ഞാൻ വെളിപ്പെടുത്താത്തത് എന്തുകൊണ്ടെന്നല്ലേ? അയാളുടെ പേരു വെളിപ്പെടുത്തിയാൽ അയാൾ ആ പേരിനുള്ളിൽ ചുരു ണ്ടുകൂടിക്കളഞ്ഞാലോ എന്ന ഭയം കൊണ്ടാണത്. ഈ ലോകത്തിൽ ഒരേ

യൊരു 'ഞാനും' ഒരേയൊരു 'നീയും' മാത്രമേ പാടുള്ളൂ. മറ്റുള്ളവരെല്ലാം 'അവരാ'ണ്. എന്റെ ഈ കഥയിൽ 'അവർ'ക്കു വേണ്ടിയുള്ള ജാമ്യക്കാര നാണ് 'അയാൾ.'

ഒരു കാര്യം നിങ്ങളോടു പറഞ്ഞില്ലെങ്കിൽ അതൊരു തെറ്റാകും. അയാൾക്കു ചുറ്റും ഞാൻ മെനഞ്ഞെടുത്ത നാടകത്തെ മുൻനിർത്തി 'അയാളെ' നിങ്ങൾ വിലയിരുത്തിയാൽ നിങ്ങൾക്ക് തെറ്റിപ്പോകും. അയാളെ നേരിട്ടു കണ്ടിട്ടുള്ളവർക്കറിയാം അയാൾ നല്ല ഉയരവും വണ്ണവും ഉള്ളവനാണെന്ന്. നക്ഷത്രശോഭയാൽ രാത്രി പ്രകാശമാനമാകുന്നതു പോലെ നിഗൂഢമായൊരു മന്ദസ്മിതം അയാളുടെ മാറ്റുകൂട്ടുന്നു. അയാൾ വളരെ കുലീനനായ ഒരു മനുഷ്യനത്രെ. നമ്മുടെ കളിയാക്കൽ കൊണ്ടൊന്നും അയാളെ ചെറുതാക്കാനാവില്ല. ഞാൻ അയാളെ ഒരു വിഡ്ഢിയായി ചിത്രീകരിച്ച് രസിക്കാറുണ്ട്. യഥാർത്ഥത്തിൽ അയാൾ എന്നെക്കാൾ എത്രയോ വലിയ ബുദ്ധിമാനാണ്. അയാൾക്ക് ഒന്നും മന സ്സിലാവില്ലെന്നു നാം നടിക്കുകയാണെങ്കിൽ അത് അയാളുടെ ആത്മാഭി മാനത്തെ മുറിവേല്പിക്കുകയൊന്നുമില്ല. മറിച്ച് പുപ്പു വല്ല്യേച്ചിയുടെ സ്വഭാ വത്തോടതു ചേരുമെന്നതിനാൽ അതൊരു സൗകര്യമായേ അയാൾ അതിനെ കരുതൂ.

രണ്ട്

പുപ്പു വല്യേച്ചി ഡാർജിലിങ്ങിലേക്കു പോയി.

'അയാൾ' എനിക്കൊപ്പം കൂടി, കൊഞ്ഞനം കുത്തി ഇരിപ്പുണ്ട്. എനിക്ക് കലി പിടിക്കുന്നുണ്ടായിരുന്നു.

"എന്നെക്കൂടി ഡാർജിലിങ്ങിലേക്കയക്കൂ ദാദാ...."

അയാൾ ചിണുങ്ങി.

"എന്തിന്?"

"ഞാനൊരു മുതിർന്ന മനുഷ്യനല്ലേ. പണിയൊന്നുമെടുക്കാതെ ചൊറിയും കുത്തി ഇരുന്നാലെങ്ങനെ. ഇപ്പത്തന്നെ എന്റെ ബന്ധുക്കൾ എന്നെ കളിയാക്കിത്തുടങ്ങി."

"എന്തു പണിയെടുക്കാനാണ് ഉദ്ദേശ്യം?"

"പുപ്പു വല്യേച്ചിക്ക് കറിവച്ചു കളിക്കാനാണിഷ്ടം. ഞാൻ അവൾക്ക് പേപ്പർ നുറുക്കിക്കൊടുക്കും."

"ആ പണിയെടുത്തൊന്നും ജീവിക്കാനാവില്ല. കുറച്ചുനേരത്തേക്ക് നീയൊന്ന് മിണ്ടാതിരിക്കുമോയെന്നു നോക്കട്ടെ. ഞാൻ ഹുൻഹൗ ദ്വീപിന്റെ ചരിത്രരചനയിലാണ്."

"ഹുൻഹൗ. ഉഗ്രൻ പേര് ദാദാ. അത് അങ്ങയുടെ പേനയെക്കാൾ എന്റെ പേനയ്ക്കാണ് ചേരുക. ആ വിഷയത്തെപ്പറ്റി കൂടുതൽ പറയാമോ?"

"ചുമ്മാതിരി. അത് വളരെ കനപ്പെട്ട വിഷയമാണ്. കോളേജ്കുട്ടി കൾക്കുള്ള പാഠപുസ്തകമായി അതു സ്വീകരിക്കപ്പെടുമെന്നാണെന്റെ പ്രതീക്ഷ. മനുഷ്യവാസമില്ലാത്ത ആ ദ്വീപിൽ കുറച്ചു ശാസ്ത്രജ്ഞന്മാർ താമസിക്കുകയാണ്. കഠിനമായ ചില പരീക്ഷണങ്ങളിൽ ഏർപ്പെട്ടിരിക്കു കയാണവർ."

"മനസ്സിലാകുന്ന ഭാഷയിൽ പറയൂ ദാദാ. അവരവിടെ യഥാർത്ഥ

ത്തിൽ എന്താണു ചെയ്യുന്നത്? പുതിയ കൃഷിരീതികൾ പരീക്ഷിക്കുക യാണോ?"

"മറിച്ചാണ്. കൃഷിയുമായി യാതൊരു ബന്ധവും അതിനില്ല."

"പിന്നെ അവരെങ്ങനെ ശാപ്പാട് കണ്ടെത്തും."

"ഒരു സംവിധാനവുമില്ല."

"പിന്നെങ്ങനെ ജീവിക്കും?"

"ആ ചോദ്യം തന്നെ ബാലിശമാണ്. ദഹനേന്ദ്രിയങ്ങൾക്കെതിരെ അവർ ശക്തമായ പ്രചരണം ആരംഭിച്ചിട്ടുണ്ട്. വയറിനോളം സങ്കീർണ്ണ മായ മറ്റൊന്നില്ലെന്ന് അവർ പ്രഖ്യാപിച്ചു കഴിഞ്ഞു. എല്ലാ മാറാരോഗ ങ്ങൾക്കും യുദ്ധങ്ങൾക്കും കൊള്ളകൾക്കും കാരണം വയറാണ്."

"ശരിതന്നെ ദാദ... പക്ഷേ, അതു ദഹിക്കാനല്പം പാടുണ്ട്."

"നിനക്കത് പാടായിരിക്കും. പക്ഷേ, അവർ ശാസ്ത്രജ്ഞന്മാരാണ്. വയറിനുള്ളിൽ ഒളിച്ചിരുന്ന കുടൽമാലകളെ അവർ പുറത്തെടുത്തു. ആഹാരം നിരോധിച്ചു. മൂക്കിൽക്കൂടി വലിച്ചുകയറ്റിയാണവരുടെ ജീവിതം. അവർ പോഷകാഹാരങ്ങൾ വായുവിലൂടെ വലിച്ചുകയറ്റും. കുറച്ച് ഉള്ളി ലേക്കു കയറും. ബാക്കി തുമ്മുമ്പോൾ പുറത്തു പോകും. രണ്ടും ഒരുമി ച്ചായിരിക്കും ചെയ്യുക. ശരീരം ശുദ്ധമാക്കിയശേഷം ഈ പ്രക്രിയ തുടരും."

"എന്തൊരു വലിയ കണ്ടുപിടിത്തം. അവർ വലിയൊരു ആട്ടുകല്ല് സ്ഥാപിച്ചിട്ടുണ്ടാവും, അല്ലേ? ഇറച്ചിയും പച്ചക്കറികളും അരച്ചെടുത്ത് പാത്രങ്ങളിൽവച്ച് ഉണക്കിയെടുക്കാൻ?"

"ഇല്ലില്ല. ദഹന പ്രക്രിയയെന്ന അറവുശാലകൾ ഇല്ലാതാകും. വയറു നിറയ്ക്കാനായി ഇനി പണം ചെലവാക്കേണ്ടി വരില്ല. ഈ ശാസ്ത്രജ്ഞ ന്മാരുടെ യത്നം ഭൂമിയെ നിത്യശാന്തതയിലേക്കു നയിക്കും."

"അപ്പൊ കൃഷിയുണ്ടാവില്ല അല്ലേ? അവിടെയും വില്പനയും വാങ്ങ ലുമൊക്കെയുണ്ടല്ലോ ദാദ...."

"ഞാൻ വിശദീകരിക്കാം. നമ്മുടെ ജൈവലോകത്ത് മരങ്ങളാണല്ലോ ജീവന്റെ പ്രധാന സ്രോതസ്സ്. ശരിയല്ലേ?"

"എന്നെപ്പൊലൊരു പാപിയായ മനുഷ്യന് അങ്ങനെ പറയാനാവില്ല. എന്നാൽ നിങ്ങൾ ബുദ്ധിജീവികൾ നിർബ്ബന്ധിക്കുകയാണെങ്കിൽ ഞാൻ സമ്മതിച്ചു തരും."

"നമ്മുടെ ഈ ശാസ്ത്രജ്ഞന്മാർ പുൽച്ചാറുകൾ ശേഖരിച്ച് സൂര്യന്റെ അൾട്രാവയലറ്റ് രശ്മികളിൽ ഉണക്കിയെടുത്ത് സൂക്ഷിച്ചിട്ടുണ്ട്. അതിൽനി ന്നൊരു പിടിയെടുത്ത് മൂക്കിലൂടെ വലിച്ചുകയറ്റും. രാവിലെ മൂക്കിലെ വലതുദ്വാരത്തിലൂടെയും ഉച്ചയ്ക്ക് ഇടതുദ്വാരത്തിലൂടെയും. വൈകുന്നേരം രണ്ടു ദ്വാരങ്ങൾ നിറയെയും വലിച്ചുകയറ്റും. അതാണാ ദിവസത്തെ പ്രധാന ഭക്ഷണം. അവരൊരുമിച്ചു തുമ്മുമ്പോൾ ഭയചകിതരായ പക്ഷി കൾ മാനത്തേക്കു പറന്നുയരും. മൃഗങ്ങൾ കടൽ താണ്ടി വൻകരയിലേ ക്കോടും."

"അതുകൊള്ളാം. കുറെക്കാലമായി എനിക്ക് തൊഴിലൊന്നുമില്ല. എന്റെ കുടൽ കലാപം തുടങ്ങി. ഈ പൊടിയുടെ വ്യാപാരം എന്നെ ഏല്പിച്ചാൽ ഞാനത് ന്യൂമാർക്കറ്റിൽ...."

"അവിടെയൊരു പ്രശ്നമുണ്ട്. ഞാനത് പിന്നീട് വിശദീകരിക്കാം. ഈ ശാസ്ത്രജ്ഞന്മാരുടെ മൂശയിൽ വേറൊരു പരീക്ഷണവും നടക്കുന്നുണ്ട്. മനുഷ്യന്മാർ നിവർന്നു നടക്കുന്നതുമൂലം അവരുടെ ഹൃദയവും വയറും തൂങ്ങിക്കിടക്കുന്നു. പതിനായിരക്കണക്കിനു വർഷങ്ങളായി അവരുടെ ആന്തരികാവയവങ്ങൾ കൊടിയ പീഡനത്തിനു വിധേയമാവുകയാണ്. ഇതിനവർ കൊടുക്കേണ്ടിവരുന്ന വിലയാണ് നേരത്തേയുള്ള മരണം. തൂക്കിയിട്ട ഈ ഹൃദയംവഴി സ്ത്രീപുരുഷന്മാർ വേഗത്തിൽ മരിച്ചുപോവുകയാണ്. അത്തരമൊരു അപകടത്തെപ്പറ്റി ആലോചിച്ച് നാല്ക്കാലികൾ ഒരിക്കലും അവരുടെ തല പുണ്ണാക്കാറില്ല."

"ശരിയാണ്. പക്ഷേ, എന്തു ചെയ്യാൻ പറ്റും?"

"മനുഷ്യൻ അവരുടെ ശിശുക്കളിൽനിന്നും പാഠം പഠിക്കണമെന്നാണ് ശാസ്ത്രജ്ഞന്മാർ പറയുന്നത്. ദ്വീപിലെ ഒരു കുന്നിനു മുകളിലെ പാറ മേൽ ഒരു ശാസ്ത്രജ്ഞൻ ഇങ്ങനെ എഴുതിയിരിക്കുന്നു:

"മനുഷ്യരും നാല്ക്കാലികളെപ്പോലെ നടക്കാൻ പഠിക്കണം. എന്നാൽ മാത്രമേ അവർക്ക് ഭൂമിയെ അറിയാൻ പറ്റൂ."

"അതിശയം! ഇനിയും ചിലതു കൂടിയില്ലേ ദാദാ...."

"തീർച്ചയായും. സംസാരം മനുഷ്യന്റെ കണ്ടുപിടുത്തമാണ്, പ്രകൃതിയുടെ ദാനമല്ല. നിർത്താതെയുള്ള ഈ നാക്കിട്ടടിയുണ്ടല്ലോ അതു നമ്മുടെ ശ്വസനപ്രക്രിയയെ ബാധിക്കുകയും ആയുസ്സു കുറയുകയും ചെയ്യും. തങ്ങളുടെ സ്വഭാവിക ബുദ്ധി ഉപയോഗിച്ച് വാനരന്മാരാണ് ഈ രഹസ്യം കണ്ടെത്തിയത്. പരിണാമത്തിന്റെ രണ്ടാംഘട്ടത്തിൽ സൃഷ്ടിക്കപ്പെട്ട വാനരന്മാർ ഇപ്പോഴും അതിജീവിക്കുന്നു. ആ ദ്വീപിൽ മാത്രമാണ് ശാസ്ത്രജ്ഞന്മാർ ഈ അറിവിനു മുന്നിൽ വണങ്ങുന്നത്. അവർ നിശ്ശബ്ദരായിരുന്ന് പരന്ന ഭൂതലത്തിലേക്കു തുറിച്ചുനോക്കും. മനുഷ്യാധരങ്ങളിൽനിന്നും പുറപ്പെടുന്ന ഒരു ശബ്ദവും ആ ദ്വീപിൽ വീഴില്ല. രാക്ഷസീയമായ തുമ്മൽശബ്ദം മാത്രമേ അവിടെ ഉയരാറുള്ളൂ."

"ദാദാ... അവരെങ്ങനെയാണ് ആശയവിനിമയം നടത്തുന്നത്?"

"അതിനവർ അസാധാരണമായ ചില രഹസ്യ അടയാളങ്ങൾ വികസിപ്പിച്ചെടുത്തിട്ടുണ്ട്. ചിലപ്പോൾ അവർ നെല്ലു കുത്തുന്നതുപോലെ ഭാവിക്കും. ചിലപ്പോളവർ സാങ്കല്പിക വിശറികൾ വീശും. ചിലപ്പോൾ അപസ്മാര ബാധിതരെപ്പോലെ ചാഞ്ഞുചരിഞ്ഞ് വിറകൊള്ളും. അപ്പോൾ അവരെക്കണ്ടാൽ കാറ്റത്താടിയുലയുന്ന കവുങ്ങുമരത്തെപ്പോലെ തോന്നും. കണ്ണുകളടച്ചും തുറന്നും നെറ്റിചുളിച്ചും അവർ കവിതകൾ പോലും എഴുതാറുണ്ട്. പൊടിപടലങ്ങൾ നിറഞ്ഞ അന്തരീക്ഷത്തിൽ കേൾവിക്കാർ വികാരാധിക്യത്താൽ വിങ്ങിവിങ്ങിക്കരയാറുമുണ്ട്."

"എനിക്കു അല്പം പണം കടം തരൂ ദാദാ.... എനിക്കിപ്പം തന്നെ

ഹുൻഹൗവിലേക്കു പോകാൻ തോന്നുന്നു. അതു വല്ലാത്തൊരു നേര
മ്പോക്കായിരിക്കും."

"നിന്റെ മോഹക്കുതിരകളെ നിയന്ത്രിക്കൂ. പുതിയ കുതിരയ്ക്ക്
വളർന്നുവരാനുള്ള സമയമായിട്ടില്ല. ശാസ്ത്രജ്ഞന്മാരുടെ തുമ്മൽ ശബ്ദ
ത്താൽ അവിടമാകെ വിറകൊണ്ടിരിക്കുകയാണ്. എവിടെ നോക്കിയാലും
പച്ചമൂക്കുപ്പൊടി നിറച്ച വീപ്പകളാണ് കാണാനാവുക. അവിടെ ഒട്ടും മനു
ഷ്യവാസയോഗ്യമല്ല."

"ഇതെല്ലാം അങ്ങ് വെറുതെ ഉണ്ടാക്കിപ്പറയുകയാണ്. ശാസ്ത്രത്തിനു
പോലും ഇത്തരം തമാശകൾ അനുവദിക്കാനാകില്ല. ഈ ദ്വീപിന്റെ കഥ
തട്ടിക്കൂട്ടി പുപ്പു വല്ല്യേച്ചിയെ അത്ഭുതപ്പെടുത്താമെന്നാവും അങ്ങ് കരു
തുന്നത്. അങ്ങയുടെ ദൗർഭാഗ്യവാനായ 'അയാളെ' ആ ദ്വീപിലേക്കു നാടു
കടത്താനാണ് ആഗ്രഹിക്കുന്നത്. അയാളവിടെ ശാസ്ത്രജ്ഞനായി
ഭാവിച്ച് തുമ്മിത്തുമ്മി നടത്തിക്കാൻ പരിപാടിയിട്ടിരിക്കുകയാണല്ലേ!"

കടോൽക്കചവധത്തെ പ്രകീർത്തിക്കുന്ന ബൃഹത്തായ കാവ്യത്തെ
ആചാരപരമായ തലയാട്ടൽകൊണ്ട് അവതരിപ്പിച്ച് പ്രേക്ഷകരെയാകെ
എങ്ങനെയാണ് ഞാൻ ഹർഷപുളകിതരാക്കിയതെന്ന് അങ്ങ് വേണമെ
ങ്കിൽ വിവരിച്ചേക്കും... വേണമെങ്കിൽ ചിലപ്പോൾ അങ്ങ് ഇഴഞ്ഞു നട
ക്കുന്നൊരു ദ്വീപുസുന്ദരിക്ക് എന്നെ വിവാഹം കഴിച്ചുകൊടുത്തെന്നും
വരാം. മന്ത്രധ്വനികൾ ഉയരുമ്പോൾ അവൾ അവളുടെ തല ഇടത്തുനിന്നും
വലത്തോട്ടും ഞാനെന്റെ തല വലത്തുനിന്നും ഇടത്തോട്ടും ആട്ടിക്കൊണ്ടി
രിക്കണം. ഗീതികയിലെ ഏഴുവരികൾ പതിനാലാക്കും പോലെ അങ്ങ്
വിവാഹവേളയിൽ യുവമിഥുനങ്ങൾ വയ്ക്കുന്ന ഏഴു ചുവടുകളെ പതി
നാലാക്കി ഉയർത്തിയേക്കാം. ദ്വീപിലുള്ള മനുഷ്യർ സെനറ്റുഹാളിൽ
ചുമലു കുലുക്കിക്കാട്ടുന്ന ഭാഷയിൽ പരീക്ഷയെഴുതാനിരിക്കുമ്പോൾ
അങ്ങെനെ അവിടേക്ക് എടുത്തെറിഞ്ഞെന്നും വരാം. അങ്ങ് ഒരിക്കലു
മെന്നോട് ദയാവായ്പു കാട്ടിയിട്ടില്ല. ആ പരീക്ഷയിൽ അങ്ങ് എന്നെ
തോൽപിക്കുമെന്ന് എനിക്ക് ഉറപ്പാണ്. എന്നാൽ സ്പോർട്സ് ക്ലബ്ബ് സംഘ
ടിപ്പിക്കുന്ന ഇഴയൽ മത്സരത്തിൽ അങ്ങ് എനിക്ക് ഒന്നാം സ്ഥാനം തരും.
ഈ കഥകൾ കൊണ്ട് പുപ്പു വല്ല്യേച്ചിയെ ചിരിപ്പിക്കാമെന്ന് അങ്ങ് കരു
തുന്നതെങ്കിൽ, ഞാനിതാ മുന്നറിയിപ്പു തരുന്നു.... ഒരുവട്ടം കൂടി ആലോ
ചിക്കൂ."

"വെറുതെ പുലമ്പാതിരിക്ക്. കൂടുതൽ കാലം ജീവിച്ചിരിക്കണ
മെന്നുണ്ടെങ്കിൽ കുറച്ചേ സംസാരിക്കാവൂ എന്നാണ് ചാണക്യമുനി പറ
ഞ്ഞിട്ടുള്ളത്. നെനക്ക് കുറച്ച് സംസ്കൃതമൊക്കെ അറിയാമെന്നാണ്
ഞാൻ കരുതുന്നത്."

"മനസ്സിലാക്കിയതിന്റെ ഒന്നരമടങ്ങ് ഞാൻ മറക്കും. ഒരു ആധുനിക
ചാണക്യൻ ലോകത്തിന്റെ ആകെ ഗുണത്തിനു വേണ്ടിയാണ് എഴുതി
യത്. അദ്ദേഹം പറഞ്ഞു: 'തത്വജ്ഞാനി വായടച്ചപ്പോഴാണ് എല്ലാവരും
ആശ്വാസത്തിന്റെ നിശ്വാസം പുറപ്പെടുവിച്ചത്.' അക്കാര്യം അങ്ങും മറന്നു

പോകരുത്. ഞാൻ ഇതാ പോകുന്നു. ദാദാ, നിങ്ങളീ ശാസ്ത്രീയ തമാശ കളൊക്കെ വിട്ടിട്ട് കഴിയുന്നിടത്തോളം കുട്ടിത്തം നിലനിർത്താൻ നോക്കൂ."

ഈ കഥ പുപ്പുവിന് തീരെ പിടിച്ചില്ല. അവൾ നെറ്റി ചുളിച്ചു.
"ഇതൊക്കെ നടക്കുന്ന കാര്യങ്ങളാണോ? മൂക്കുപ്പൊടി വലിച്ച് എത്ര കാലം ജീവിക്കാൻ പറ്റും?"
"വയറ് എന്ന ആശയം തന്നെ അവർ ഉപേക്ഷിച്ചു കഴിഞ്ഞല്ലോ."
"അപ്പഴങ്ങനെയാണല്ലേ കാര്യങ്ങൾ."
അവൾക്ക് ലേശം സമാധാനം വന്നപോലെ. എന്നാൽ സംസാരി ക്കാതെ മൗനം ദീക്ഷിക്കും എന്ന ആശയം അവൾക്ക് ഉൾക്കൊള്ളാൻ ഇത്തിരി പ്രയാസം തോന്നിയതുപോലെ.
"സംസാരിക്കാതെ ഒരാൾക്ക് ജീവിക്കാൻ പറ്റോ?"
"ഇലകളിൽ എഴുതിയ വിളംബരം ദ്വീപാകെ പണ്ഡിതന്മാർ പ്രചരി പ്പിച്ചു. സംസാരിക്കുന്നതിന്റെ മാരകഫലങ്ങൾ അവരെ പഠിപ്പിച്ചു. സംസാ രിച്ചതിനാൽ മരിച്ചുപോയവരുടെ സ്ഥിതിവിവരക്കണക്കുകൾ പുറത്തു വിട്ടു."
പുപ്പു വല്യേച്ചിക്ക് പുത്തൻ സംശയം ജനിച്ചു.
"അപ്പോ ഊമകളോ?"
"അവര് സംസാരിച്ചു മരിക്കില്ല. പനിപിടിച്ചാവും മരിക്കുക."
അതു ന്യായമാണെന്ന് അവൾക്കു തോന്നി.
"മുത്തശ്ശന് ഇതേപ്പറ്റി എന്താണ് തോന്നുന്നത്?"
അതായിരുന്നു അവളുടെ അടുത്ത ചോദ്യം.
"ചിലര് സംസാരിച്ച് സംസാരിച്ച് മരിക്കും. ചിലര് സംസാരിക്കാ തെയും."
"മുത്തശ്ശനോ?"
"ഹൂൻഹൗ ദ്വീപിൽ പോയി കുറച്ചുകാലം കഴിക്കണമെന്നുണ്ടെനിക്ക്. ജംബു ദ്വീപിൽ അവര് സംസാരിച്ചു സംസാരിച്ച് എന്നെ കൊല്ലാറാക്കി. ഇനിയെനിക്കത് സഹിക്കാൻ വയ്യ."

മൂന്ന്

നരിസ്വഭാവം വിട്ടുണരാൻ സമൂഹത്തെ സഹായിക്കുന്ന പ്രവർത്ത
നങ്ങളെപ്പറ്റി അയാൾ എനിക്കൊരു റിപ്പോർട്ട് നല്കി.

റിപ്പോർട്ട്

ഒരു സായാഹ്നത്തിൽ കാറ്റുകൊണ്ടിരിക്കുമ്പോൾ ഒരു നരി എന്നെ
സമീപിച്ചു.

അവൻ ചോദിച്ചു:

"ദാദാ, നിങ്ങൾ നിങ്ങടെ മക്കളെ വളർത്തി വലുതാക്കുകയാണല്ലോ.
എന്തിനാണെന്നെ വിട്ടുകളഞ്ഞത്?"

"അതിന് എനിക്കെന്തു ചെയ്യാൻ പറ്റും?"

"ഞാനൊരു മൃഗമായിരിക്കാം. അതുകൊണ്ട് ജീവിതത്തിൽ സന്തോ
ഷങ്ങൾ ആഗ്രഹിച്ചുകൂടേ?"

"എന്നെയും ഒരു മനുഷ്യനാക്കണം. അത് ഉറച്ച തീരുമാനമാണ്."

പാവപ്പെട്ട ഒരു ജന്തുവിനെ വളർത്തിയെടുക്കുന്നത് ശരിയായൊരു
കാര്യമാണല്ലോ എന്ന് ഞാനും ചിന്തിച്ചു.

"നിനക്കങ്ങനെയൊരു ചിന്തയുണ്ടാവാൻ കാരണമെന്ത്?"

ഞാൻ ചോദിച്ചു.

"ഒരു മനുഷ്യനായാൽ നരികളുടെ സമൂഹത്തിൽ എനിക്ക് നല്ല വില
യുണ്ടാവും. മറ്റു നരികൾ എന്നെ ദൈവമായി ആരാധിക്കും."

"അതെന്തായാലും കൊള്ളാം."

ഞാൻ ഉടനേ സമ്മതിച്ചു.

വീട്ടിലേക്കു മടങ്ങുംവഴി ഇക്കാര്യം ഞാനെന്റെ ചങ്ങാതിമാരോടു പറഞ്ഞു. അവർ അതുകേട്ട് സന്തോഷിച്ചു.

"തീർച്ചയായും അതൊരു സൽപ്രവൃത്തിയാണ്. അതിന്റെ ഗുണം ലോകത്തിനു കിട്ടും."

അവർ പറഞ്ഞു.

ഞങ്ങളിൽ ചിലർ ചേർന്ന് ഒരു സൊസൈറ്റിക്കു രൂപം നല്കി. 'നരി സ്വഭാവ പരിപോഷണ സൊസൈറ്റി' എന്നതിനു നാമകരണവും ചെയ്തു.

ഗ്രാമത്തിലെ പഴയൊരു വഴിയമ്പലത്തിൽ എല്ലാ ദിവസവും രാത്രി ഒമ്പതു മണിക്കുശേഷം ഒത്തുകൂടാൻ ഞങ്ങൾ തീരുമാനിച്ചു. നരിയെ മനുഷ്യനാക്കാനുള്ള മഹത്തായ യത്നത്തിൽ ഞങ്ങൾ വ്യാപൃതരായി.

ഞാൻ അവനോടു ചോദിച്ചു.

"കുഞ്ഞേ, നിന്റെ സഹോദരങ്ങൾ നിന്നെ എന്തു പേരാണ് വിളി ക്കുക?"

"ഹൗ ഹൗ"

"അപമാനകരം. അതു പറ്റില്ല. ആദ്യം ചെയ്യാൻ പോകുന്നത് നിന്റെയീ പേരു മാറ്റുക എന്ന കാര്യമാണ്. പിന്നെ നിന്റെ രൂപം. ഇന്നു മുതൽ നിന്റെ പേര് ഷിബുറാം എന്നായിരിക്കും."

"ശരി."

അവൻ സമ്മതം മൂളി.

പക്ഷേ, അവന്റെ മുഖഭാവങ്ങളിൽ നിന്നും ഹൗ ഹൗ പോലെ അവന് അതത്ര പിടിച്ചിട്ടില്ലെന്ന് എനിക്കു മനസ്സിലായി. എന്തു ചെയ്യാൻ പറ്റും? അവനെ ഒരു മനുഷ്യനാക്കിയെടുക്കേണ്ടേ?

ഞങ്ങളുടെ അടുത്ത പണി അവനെ ഇരുകാലുകളിൽ നിർത്തുക എന്നതായിരുന്നു. അതിന് ദീർഘകാലത്തെ പരിശീലനം വേണ്ടിവന്നു. അവൻ ഇരുകാലിൽ നില്ക്കും... വീഴും... ഇരുകാലിൽ നില്ക്കും... വീഴും. ആ പ്രക്രിയ ഏറെ ദിവസങ്ങൾ നീണ്ടു. ഏകദേശം ആറുമാസം കഴിഞ്ഞു. അവൻ ഒരുവിധത്തിൽ ഇരുകാലുകളിൽ നിവർന്നു നില്ക്കാൻ തുടങ്ങി. അവന്റെ കാൽനഖങ്ങൾ ഒളിപ്പിക്കാനായി ഞങ്ങൾ അവനെ പാദരക്ഷ കൾ അണിയിച്ചു. സോക്സും കൈയുറകളും ധരിപ്പിച്ചു.

ഒടുവിലൊരു ദിവസം ഞങ്ങളുടെ പ്രസിഡന്റ് ഗൗർ ഗോസായി അവ നോടു ചോദിച്ചു.

"ഷിബുറാം. നിനക്ക് കാലിൽ നില്ക്കുന്ന നിന്റെ ഈ രൂപം കണ്ണാ ടിയിൽ കാണണമെന്നില്ലേ? വേണമെങ്കിൽ ഒന്നു നോക്കിക്കോ."

ഷിബുറാം ഏറെ നേരം കണ്ണാടിയിൽ നോക്കിനിന്നു. അവൻ വട്ടം കറങ്ങി. ഒറ്റക്കാലിൽ നൃത്തം ചെയ്യുമ്പോലെ തുള്ളിക്കളിച്ചു. കഴുത്തു നീട്ടിപ്പിടിച്ചു. എല്ലാ ദിശകളിൽനിന്നും അവൻ അവനെ കാണാൻ ശ്രമി ച്ചു. ഒടുവിൽ പുറത്തുവന്നത് ഒരു പരാതിയാണ്.

"ഗോസായി ദാ... എന്നിട്ടും ഞാൻ നിങ്ങളെപ്പോലെ ആയിട്ടില്ല. ശരി
യല്ലേ?"

"ഷിബു, വെറുതെ ഇരുകാലിൽ നിന്നതുകൊണ്ടു മാത്രമായില്ല. മനു
ഷ്യനാവുക അത്ര എളുപ്പമല്ല. നിന്റെ വാലു കണ്ടില്ലേ? എന്തുചെയ്യും
അതിനെ? അതുപേക്ഷിക്കാൻ തയ്യാറാണോ നീ?"

ഷിബുവിന്റെ മുഖം വിളറി.

നരികളുടെ ഗ്രാമത്തിലാകെ പുകൾപെറ്റതാണ് അവന്റെ വാല്.
സാധാരണ നരികൾ അതിനെ മനോഹരമായ വാലെന്നും നരിസംസ്
കൃതം അറിയുന്നവർ രോമകഞ്ചുകാഗ്രം എന്നും വിളിച്ചു. തീരുമാനമെ
ടുക്കാനാതെ അവൻ രണ്ടു പകലും മൂന്നു രാത്രികളും തള്ളിനീക്കി. ഒടു
വിൽ വ്യാഴാഴ്ച ദിവസം അവൻ പ്രഖ്യാപിച്ചു.

"എനിക്കു സമ്മതമാണ്"

ചന്തി ചേർത്ത് അരിഞ്ഞെടുത്ത അവന്റെ സുന്ദരമായ വാൽ തറ
യിൽ വീണു പിടഞ്ഞു.

ഒരു കമ്മിറ്റിയംഗം ഇങ്ങനെ വാഴ്ത്തി:

"നോക്കൂ, ഇതാ ഒരു മൃഗം അവന്റെ മൃഗീയബന്ധത്തിൽനിന്നും പുറ
ത്തുകടന്നിരിക്കുന്നു! വാൽ എന്ന വ്യാമോഹത്തിൽ നിന്നവൻ മോചിത
നായിരിക്കുന്നു. അവൻ അനുഗ്രഹിക്കപ്പെട്ടവൻ."

ഷിബു ദീർഘമായി നിശ്വസിച്ചു.

കണ്ണുനീരടക്കി, ചെറിയ ശബ്ദത്തിൽ അവൻ ഇങ്ങനെ ഏറ്റുപറഞ്ഞു:
"അനുഗ്രഹിക്കപ്പെട്ടവൻ!"

ആ ദിവസം അവനു വിശന്നേയില്ല.

അന്നു രാത്രി പുലരുവോളവും തന്റെ നഷ്ടപ്പെട്ട വാലിനെ അവൻ
സ്വപ്നം കണ്ടു.

അടുത്ത ദിവസം ഞങ്ങളുടെ രാത്രികാല യോഗത്തിനെത്തിച്ചേർന്ന
ഷിബുവിനോട് ഗോസായി ദാ ചോദിച്ചു:

"വാലു പോയപ്പോ ഭാരം കുറഞ്ഞ് ആശ്വാസം തോന്നുന്നില്ലേ?"
ഷിബു അത്ര സന്തുഷ്ടനായിരുന്നില്ല..

അവൻ പറഞ്ഞു:

"ഭാരമൊക്കെ കുറഞ്ഞു. പക്ഷേ, വാലുപോയെങ്കിലും നിറം പോയില്ല
എന്ന് എന്റെ മനസ്സു പറയുന്നു. നമ്മുടെ നിറങ്ങൾ തമ്മിൽ വലിയ
വ്യത്യാസം കാണുന്നില്ലേ?"

ഗോസായി ദാ ഇടപെട്ടു.

"ഞങ്ങളുടെ വംശവും നിന്റെ വംശവും തമ്മിലുള്ള വ്യത്യാസം മാറ്റ
ണമെങ്കിൽ നീ നിന്റെ രോമങ്ങൾ കൂടി കളയേണ്ടിവരും."

ടിനു എന്ന ക്ഷുരകൻ എത്തി.

ക്ഷുരകക്കത്തികൊണ്ട് ഷിബുവിന്റെ രോമങ്ങളപ്പടി വടിച്ചുമാറ്റാൻ
അഞ്ചു ദിവസമെടുത്തു. എന്നാൽ ഷിബുവിന്റെ പുതിയ രൂപം ഞങ്ങളെ
നിരാശരാക്കി.

ഷിബു പരിഭ്രമത്തോടെ ചോദിച്ചു.

"എന്താണാരുമൊന്നും മിണ്ടാത്തത്."

കമ്മിറ്റി ഇപ്രകാരം പറഞ്ഞു.

"ഞങ്ങളുടെ കഴിവിൽ ഞങ്ങൾ തന്നെ സ്തബ്ധരായിപ്പോയിരി ക്കുന്നു."

ഷിബുവിന് തെല്ല് ആശ്വാസമായി.

മുറിച്ചു കളയപ്പെട്ട വാലും വടിച്ചു മാറ്റപ്പെട്ട രോമങ്ങളും അവൻ മറന്നു.

അംഗങ്ങൾ കണ്ണുകളടച്ച് പ്രതിജ്ഞയെടുക്കുംപോലെ ഇങ്ങനെ പറഞ്ഞു:

"ഷിബു, കാര്യങ്ങൾ അതിന്റെ പരിസമാപ്തിയിലെത്തിക്കഴിഞ്ഞു. ഞങ്ങളുടെ ദൗത്യം പൂർത്തിയായിരിക്കുന്നു."

"നരിസമൂഹത്തെ അത്ഭുതപ്പെടുത്തുന്ന കാര്യം മാത്രമേ ഇനി അവ ശേഷിക്കുന്നുള്ളൂ."

ഷിബു പ്രഖ്യാപിച്ചു.

ഇതിനിടയിൽ ഷിബുറാമിന്റെ അമ്മായി കെൻകിനി അഥവാ മിസ് യാപ്പർ അവളുടെ അനന്തരവനെ അന്വേഷിച്ചു നടക്കുകയായിരുന്നു. ഗ്രാമ മുഖ്യനായ ഹുക്കുയിയെ പോയിക്കണ്ട് അവൾ പരാതി പറഞ്ഞു.

"ഒരു കൊല്ലത്തോളമായി എന്റെ അനന്തരവൻ ഹൗ ഹൗവിനെ കാണ്മാനില്ല. അവനെ കടുവ പിടിക്കുകയോ മറ്റോ ചെയ്തിട്ടുണ്ടാവുമെന്ന് അങ്ങു കരുതുന്നുണ്ടോ?"

"ആർക്കാണ് കടുവകളെ പേടി? നാം പേടിക്കേണ്ടത് മനുഷ്യരെ യാണ്. ചിലപ്പോളവൻ അവരുടെ കെണിയിൽപ്പെട്ടു കാണും."

തെരയൽ തുടങ്ങി.

ഒരുകൂട്ടം സന്നദ്ധ സേവകർ തിങ്ങിവളർന്ന മുളങ്കാടുകൾക്കിടയി ലൂടെ

"ഹുക്കാ ഹുവാ..." എന്നു നീട്ടിവിളിച്ചു.

ഇതുകേട്ട് അവന്റെ ഹൃദയം തുടിച്ചു.

ഏകസ്വരത്തിലുള്ള ഈ വിളിക്ക് മറുവിളി നല്കാൻ അവൻ വെമ്പി. എന്നാൽ ഏറെ പാടുപെട്ട് അവൻ അവന്റെ ആഗ്രഹം അടക്കി.

മൂന്നു മണിക്കൂറിനുശേഷം ആ വിളി ആവർത്തിക്കപ്പെട്ടു. ഷിബു വിന്റെ തൊണ്ടയിൽ വിക്കൽ അനുഭവപ്പെട്ടു. അതും അവൻ അടക്കി.

മൂന്നു മണിക്കൂറുകൾക്കുശേഷം നരിശബ്ദം ആവർത്തിച്ചു.

ഇപ്രാവശ്യം അവന് അടക്കാനായില്ല.

"ഹുക്കാ ഹുവാ, ഹുക്കാ ഹുവാ, ഹുക്കാ ഹുവാ" അവൻ തിരികെ വിളിച്ചു.

ഹുക്കുയി അത്ഭുതത്തോടെ പറഞ്ഞു.

"ഞാൻ ഹൗ ഹൗവിന്റെ ശബ്ദം കേൾക്കുന്നു. വീണ്ടും വിളിക്കൂ."

നരികൾ കൂട്ടത്തോടെ വിളിച്ചു.

"ഹൗ ഹൗ!"
സൊസൈറ്റി പ്രസിസന്റ് കിടക്ക വിട്ടിറങ്ങി.
ദേഷ്യത്തോടെ വിളിച്ചു.
"ഷിബുറാം!"
"ഹൗ ഹൗ" എന്നു നീട്ടിയ വിളികൾ വീണ്ടും ഒഴുകിയെത്തി.
ഗോസായി ദാ വീണ്ടും ശകാരിച്ചു.
"ഷിബുറാം!"
മൂന്നാമത്തെ വിളികേട്ടതോടെ ഷിബുറാം പുറത്തേക്കോടി. ഇതു കണ്ട എല്ലാ നരികളും വാൽചുരുട്ടിക്കൊണ്ടോടി. ഹുക്കുയി, ഹിയ്യോ, ഹുഹു തുടങ്ങിയ ധീരന്മാരായ നരികൾപോലും പേടിച്ച് തങ്ങളുടെ മട കളിലൊളിച്ചു.

നരിസമൂഹമാകെ ഭയചകിതരായി.

അതിനുശേഷം ആറുമാസം കടന്നുപോയി.

അവസാനം പുറത്തുവന്ന വാർത്തകളനുസരിച്ച് ഷിബുറാം "എന്റെ വാലെവിടെ... എന്റെ വാലെവിടെ" എന്നു വിളിച്ച് രാത്രികൾ തോറും കരഞ്ഞു നടക്കുകയായിരുന്നു.

ഗോസായി ദായുടെ കിടക്കമുറിക്കു പുറത്തുള്ള വരാന്തയിൽ ദയ നീയമായി മോങ്ങിക്കൊണ്ട് അവൻ മണിക്കൂറുകൾ തള്ളിനീക്കി.

"എനിക്കെന്റെ വാൽ തിരിച്ചുതരൂ..."
അവന്റെ രോദനം വായുവിലലിഞ്ഞു.
ഗോസായി ദായ്ക്കാകട്ടെ വാതിൽ തുറന്നു പുറത്തിറങ്ങാൻപോലും ധൈര്യമുണ്ടായില്ല. അവനൊരു പക്ഷേ, കടന്നാക്രമിച്ചാലോ?"

അവൻ പതിവായി തങ്ങാറുണ്ടായിരുന്ന കാട്ടിൽ പോകാൻ ഷിബു ഭയപ്പെട്ടു. മറ്റു നരികൾ അവനെ കാണുന്ന മാത്രയിൽ ആക്രമിക്കാൻ മുതിരുകയോ ഓടിയൊളിക്കുകയോ ചെയ്തു. ആളൊഴിഞ്ഞ വഴിയമ്പല ത്തിലാണിപ്പോൾ ഇവന്റെ കിടപ്പ്. കൂട്ടിന് രണ്ടു മൂങ്ങകൾ മാത്രം. യതു, ഗോബർ, ബഞ്ചി ധേരി തുടങ്ങിയ യുവ തെമ്മാടികൾ പോലും ഇപ്പോൾ ഭൂതത്താനെ പേടിച്ച് ഞാവൽപ്പഴങ്ങൾ തേടി ഈ ഭാഗത്തേക്ക് എത്താ റില്ല.

നരിഭാഷയിൽ ഷിബു ഇപ്രകാരമൊരു വിലാപകാവ്യം രചിച്ചു:
"എന്റെ വാലേ.
നഷ്ടപ്പെട്ട വാലേ..
നീയില്ലാതെ ഞാൻ ആത്മാവില്ലാത്തവനായി, ജീവനില്ലാത്തവനായി.
വാലു ഛേദിക്കപ്പെട്ടവനായി...
ഹൗ ഹൗ, ഹൗ ഹൗ, ഹൗ ഹൗ....!"

പുപ്പു കരഞ്ഞു.
"എന്തു കഷ്ടം! എന്തൊരു അപമാനം!

മുത്തശ്ശാ.... അവന്റെ അമ്മായിപോലും അവനെ മടയിൽ കയറ്റി
യില്ലേ?"

"വിഷമിക്കേണ്ട മോളേ.... കുറെ ദിവസം കഴിയുമ്പോൾ അവന്റെ
രോമങ്ങൾ കിളിർത്തുവരും. അപ്പോളവനെ തിരിച്ചറിയാൻ പറ്റും."

"അപ്പോളവന്റെ വാലോ?"

"വാലുമുളയ്ക്കാൻ പറ്റിയ വല്ല കുഴമ്പുമുണ്ടോയെന്നു കവിരാജൻ
വൈദ്യനോടു ചോദിക്കാം."

എന്നെ ഒരു മൂലയിലേക്ക് നീക്കിയിരുത്തി 'അയാൾ' പിറുപിറുത്തു.

"ദാദ.... അങ്ങേക്കു കലിപിടിക്കില്ലെങ്കിൽ ഞാൻ ചിലതു പറയാനാ
ഗ്രഹിക്കുന്നു. കുറച്ചുകൂടി മെച്ചപ്പെടണമെന്ന് അങ്ങേക്കാഗ്രഹമില്ലേ?"

"എടാ തടിയൻ പൊട്ടാ... ഞാനെങ്ങനെ മെച്ചപ്പെടണമെന്നാണ് നീ
പറയുന്നത്?"

"അങ്ങനെ വലിയ കെളവനായി ഭാവിക്കല്ലേ... വയസ്സായിത്തുടങ്ങി
യതു നേരുതന്നെ. പക്ഷേ, കുട്ടിത്തം മാറിയിട്ടില്ല."

"തെളിവുണ്ടോ?"

"ഇപ്പോൾ വായിച്ച ഈ റിപ്പോർട്ടുതന്നെ നോക്കൂ. പിന്നിട്ട വർഷ
ങ്ങളുടെ എന്തെങ്കിലും ഗുണം അതിനുണ്ടോ? പുപ്പു വല്യേച്ചി എത്ര ദുഃഖി
ച്ചെന്നു കണ്ടില്ലേ? നിങ്ങളുടെ കഥകൾ കേട്ട് പാവം കുട്ടി പേടിച്ച് ചത്തു
പോവും. വാലും രോമവും പോയ നരി കാര്യങ്ങൾ വിശദീകരിക്കാൻ
അവളെത്തേടിയെത്തുമെന്ന് അവൾ കരുതുന്നുണ്ടാവും. ഇത്തരം കൗശ
ലങ്ങൾ നിർത്താനാവില്ലെങ്കിൽ ദയവായി കഥപറച്ചിലേ ഉപേക്ഷിച്ചേക്കൂ."

"എന്റെ മിടുക്കൊന്നും ഉപേക്ഷിക്കാനെനിക്കാവില്ല. നെനക്ക് ഒരി
ക്കലും ഇതൊന്നും പിടികിട്ടില്ല. അതിനൊട്ടു മെനക്കെടുകയും വേണ്ട.
ദൈവം നിന്നെ രക്ഷിക്കട്ടെ!"

"കണ്ടില്ലേ... കണ്ടില്ലേ... അങ്ങേക്കു ദേഷ്യം വരുന്നതു കണ്ടില്ലേ.
അങ്ങയുടെ തീക്ഷ്ണബുദ്ധി കാരണം രസികത്വമാകെ നശിച്ചെന്നു
തോന്നുന്നു. അങ്ങു കരുതുന്നത് അങ്ങു വലിയ തമാശക്കാരനാണെന്ന്.
എന്നാൽ വാസ്തവം എന്താണ്? ആ തമാശകൾ തൊലിയിൽ തൊടുക
പോലുമില്ല. ഞാനെത്രയോ പ്രാവശ്യം മുന്നറിയിപ്പ് തന്നിരിക്കുന്നു. ചിരി
ക്കാനും ചിരിപ്പിക്കാനും ശ്രമിച്ച് അടുത്ത ജന്മത്തിലെ സുഖസൗകര്യ
ങ്ങൾപോലും ഇല്ലാതാക്കരുതെന്ന്. കണ്ടില്ലേ, ആ വാലുപോയ നരിയുടെ
അവസ്ഥയോർത്ത് പുപ്പു വല്യേച്ചിയുടെ കണ്ണുകൾ നിറഞ്ഞത്. സമ്മത
മാണെങ്കിൽ പറയു. നിമിഷങ്ങൾകൊണ്ട് ഞാനവളെ ചിരിപ്പിക്കാം. ഒരു
ബൗദ്ധിക ജാഡയുമില്ലാത്ത ശുദ്ധമായ ചിരി.

"എഴുതിയുണ്ടാക്കിയതെന്തെങ്കിലും കൈയിലുണ്ടോ?"

"ഉണ്ട്. ഒരു നാടകം പോലെയാണത് തുടങ്ങുന്നത്. നമ്മുടെ അയൽ
ക്കാരായ ഉധോ, ഗോബ്രെ, പൊഞ്ചു എന്നിവരെപോലെ സംസാരിക്കണ
മെന്നു മാത്രം. പുപ്പു വല്യേച്ചിക്ക് അവരെ പരിചയവുമുണ്ട്."

"ശരി.... അവൾ എങ്ങനെ പ്രതികരിക്കുമെന്നു നമുക്ക് നോക്കാം.."

മരയോഗി

ഉധോ : അവനെ കണ്ടോ?

ഗോബ്ര : സഹോദരാ നിങ്ങൾ പറയുന്നതുകേട്ട് വനത്തിലും മറ്റും അവനെ അന്വേഷിച്ചുനടന്ന് എന്റെ എല്ല് പൊടിയാ ക്കിയതു മിച്ചം. അവന്റെ പൊടി പോലും കിട്ടിയില്ല.

പൊഞ്ചു : നീ ആരെയാണ് അന്വേഷിച്ചിറങ്ങിയത്?

ഗോബ്ര : മരയോഗിയെ.

പൊഞ്ചു : മരയോഗിയോ. അതെന്തോന്ന് സാധനം!

ഉധോ : ങ്ഹേ! ലോകത്തുള്ള സകലപേർക്കും അവനെയറിയാം. നീ കേട്ടിട്ടേ ഇല്ല!"

പൊഞ്ചു : ശരി കേട്ടു കളയാം. ആരാണയാൾ?

ഉധോ : ഈ യോഗി ഇരിക്കുന്ന മരം ഏതാണോ. ആ മരം ഉടൻ തന്നെ അനുഗ്രഹിക്കുന്ന മരമായി രൂപാന്തരം പ്രാപിക്കും. തൊഴുകൈകളുമായി ആ മരത്തിനോട് എന്തു ചോദിച്ചാലും അതു നിനക്ക് ലഭിക്കും.

പൊഞ്ചു : നെനക്കെവിടന്നാണ് ഈ വിവരം കിട്ടിയത്?

ഉധോ : ധോക്കർ ഗ്രാമത്തിലെ ബേക്കു സർദാരാണ് എന്നോടി ക്കാര്യം പറഞ്ഞത്. മരയോഗി ഒരു അത്തിമരക്കൊമ്പിൽ കാലും തൂക്കിയിട്ട് ഇരിക്കുകയായിരുന്നു. പുകയിലയിൽ ചാലിച്ചെടുക്കാനായി ഒരു കലം ശർക്കരപ്പാവുമായി മര ക്കൊമ്പിനു കീഴിലൂടെ ഒന്നുമറിയാതെ നടന്നുപോകുക യായിരുന്നു നമ്മുടെ ബേക്ക്. മരയോഗിയുടെ കാലുകൾ ബേക്കുവിന്റെ കലത്തിൽ തട്ടി. കലം തുളുമ്പി ശർക്കര പ്പാവ് കണ്‍പീലികളിലും ചുണ്ടിലും വീണു. ദയ തോന്നിയ യോഗി ഇങ്ങനെ പറഞ്ഞു. 'ബേക്കു എന്തുവേണമെങ്കിലും ചോദിച്ചോളൂ. അത് ഉടനെ ലഭ്യമാകും.' നമ്മുടെ ബേക്കു ഒരു വിഡ്ഢിയാണല്ലോ!
അവൻ പറഞ്ഞു.
"യോഗീശ്വരാ എനിക്കൊരു തോർത്തു തന്നാലും. അതു കിട്ടിയിരുന്നെങ്കിൽ എനിക്കെന്റെ മുഖം തുടച്ചെടുക്കാമാ യിരുന്നു."
മരച്ചില്ലകളിൽനിന്നും ഒരു തോർത്ത് താഴേക്കു വീണു. മുഖം തുടച്ചതിനുശേഷമാണ് അവന്റെ ബുദ്ധി ഉണർന്നത്. അവൻ മരത്തിനു മുകളിലേക്കു നോക്കി. യോഗി മറഞ്ഞു കഴിഞ്ഞിരുന്നു. ഒരാൾക്ക് ഒരു വരം മാത്രമേ നല്കൂ. ഇനി സ്വർഗ്ഗത്തെ പ്രതി കെഞ്ചിയാലും അദ്ദേഹം പ്രതികരി ക്കാൻ പോകുന്നില്ല."

പൊഞ്ചു : കഷ്ടം. അതൊരു ഷാളു പോലുമല്ല. വെറുമൊരു തോർത്ത്! എന്നിട്ട് ബേക്കുവിനെന്തു തോന്നി?

ഉധോ : അതങ്ങനെയങ്ങു പോയി. വെറുമൊരു തോർത്താണെ ങ്കിലും അയാൾക്കതു സന്തോഷമായി. അതയാൾക്ക് ഭാഗ്യം കൊണ്ടുവന്നു. പുതിയ വീടുവച്ചു. അതും ഒരു എട്ടുകെട്ട്. രഥത്തെരുവിൽ തല ഉയർത്തിനില്ക്കുന്ന ആ വീടു തന്നെ. നീയതു കണ്ടിട്ടില്ലേ?

പൊഞ്ചു : അതെങ്ങനെ? വല്ല കൺകെട്ടു വിദ്യയുമാണോ?

ഉധോ : കഴിഞ്ഞ ദിവസം ഹൊണ്ടലപ്പാറ ചന്തയിൽ കച്ചവടം നടത്താനായി ബേക്കു എത്തി. തോർത്തു നിവർത്തി തറ യിൽ വിരിച്ചു. ആയിരക്കണക്കിനു മനുഷ്യർ അവനുചുറ്റും കൂടി. അതിലേക്ക് നാണയവർഷമുണ്ടായി. പുതിയതായി വിളവെടുത്ത ഉരുളക്കിഴങ്ങുകളും മുള്ളങ്കികളും നിറഞ്ഞു. പെണ്ണുങ്ങൾ അവനെ പൊതിഞ്ഞു. "ബേക്കു നിന്റെ തോർത്തുകൊണ്ട് എന്റെ മോനെയൊന്നു തൊടു. അവന് ഒരു മാസമായി പനി വിട്ടുമാറുന്നില്ല."
ബേക്കു ഒരു വ്യവസ്ഥ മുന്നോട്ടുവച്ചു. അഞ്ചു കാൽ രൂപ, അഞ്ച് അടയ്ക്കാ, അഞ്ചു നാഴി അരി, അഞ്ചു കോപ്പ നെയ്യ്... എന്നിങ്ങനെ നേർച്ചയായി ലഭിക്കണം.

പൊഞ്ചു : അവര് നേർച്ചയൊക്കെ കൊടുക്കുന്നുണ്ട്. ശരി. ഫലമെ ന്തെങ്കിലും കിട്ടുന്നുണ്ടോ?

ഉദോ : കിട്ടുന്നുണ്ട്. പതിനഞ്ചു ദിവസം തുടർച്ചയായി ഗജൻ പാൽ അരി നേർച്ചയായി നല്കി. എന്നിട്ടവൻ ഒരു കയറെ ടുത്ത് ആടിന്റെ കഴുത്തിൽ ഒരറ്റം കെട്ടി. ആടിന്റെ കരച്ചിൽ കേട്ട് ആളുകൾ ഓടിക്കൂടി. പതിനൊന്നുമാസത്തിനുള്ളിൽ ഗജന് ജോലികിട്ടി. കൊട്ടാരം സൂക്ഷിപ്പുകാർക്ക് ചാരാ യമുണ്ടാക്കൽ. അതുകൊണ്ടാണ് അവനിപ്പോൾ താടി മിനുക്കുന്നതുപോലും.

പൊഞ്ചു : പുളുവടിക്കാതെ. ഈ പറയുന്നതിൽ വല്ല ശരിയുമുണ്ടോ?

ഉധോ : ദൈവത്തിനാണ ശരി. എന്റെ അമ്മാവന്റെ മകന്റെ അളി യനാണ് ഈ ഗജൻ!

പൊഞ്ചു : ഉധോ ദാദാ നിങ്ങൾ ഈ തോർത്ത് കണ്ടിട്ടുണ്ടോ?

ഉധോ : തീർച്ചയായും. ഹോട്ടുഗഞ്ചിലി നെയ്ത്തുകാരുണ്ടാക്കുന്ന അതേ സാധനം. ഒന്നരയടി വീതി. ചെമ്പകപ്പൂവിന്റെ നിറം. ചുവന്ന കര.

പൊഞ്ചു : ആ മരത്തിൽനിന്നത് എങ്ങനെയാണ് വീണതെന്നു പറ.

ഉധോ : അവിടയാണതിന്റെ ചന്തം. മരയോഗിയുടെ മഹത്ത്വം.

പൊഞ്ചു : ഉധോ ദാ വരൂ. നമുക്ക് അദ്ദേഹത്തെ അന്വേഷിക്കാം. പക്ഷേ, എങ്ങനെ തിരിച്ചറിയും?

ഉധോ   : അതാണു പ്രശ്നം. ആരും അദ്ദേഹത്തെ കണ്ടിട്ടില്ല.
            എന്തിന്. ആ വിഡ്ഢി ബേക്കു പോലും കണ്ടില്ല. അപ്പോ
            ഴാണയാളുടെ കണ്ണിലേക്ക് ശർക്കരപ്പാനി തെറിച്ചത്.
പൊഞ്ചു   : എന്തു ചെയ്യാൻ പറ്റും?
ഉധോ   : ഞാൻ എവിടെച്ചെന്നാലും കാണുന്നവരോടൊക്കെ
            ചോദിക്കും താങ്കളാണോ മരയോഗിയെന്ന്. ഇതു കേട്ടയു
            ടനെ ആളുകൾ എന്നെ തല്ലാൻ തുടങ്ങും. ഒരിക്കലൊ
            രുവൻ ഹുക്കയിലെ കനൽ എന്റെ തലയിലേക്ക് തട്ടി.
ഗൊബ്ര   : അയാളങ്ങനെ ചെയ്തോട്ടെ. എന്തുവന്നാലും നമുക്കാ മര
            യോഗിയെ കണ്ടേ പറ്റൂ. എന്തു വില കൊടുക്കേണ്ടി
            വന്നാലും.
പൊഞ്ചു   : ബേക്കു പറയുന്നത് മരയോഗിയെ മരത്തിന്മേൽ മാത്രമേ
            കാണാനൊക്കു എന്നാണ്. തറേ നോക്കി നടന്നാ
            അങ്ങേരെ കാണാനൊക്കുല്ല.
ഉധോ   : മനുഷ്യരെ വിളിച്ചുവരുത്തി മരം കേറാനറിയാമോ എന്നു
            പരിശോധിക്കാനാകില്ല ദാദാ. എനിക്ക് ഒരു സൂത്രം
            തോന്നി. എന്റെ ഞാവൽച്ചെടി നിറയെ പഴംകൊണ്ടു
            കുനിഞ്ഞിരുന്നു. കാണുന്നവരോടൊക്കെ ഞാൻ പറഞ്ഞു.
            "വരൂ സഹോദരാ, എന്റെ ഞാവൽമരത്തിൽ കയറി ആവ
            ശ്യത്തിന് ഞാവൽപ്പഴങ്ങൾ ശേഖരിച്ചോളൂ." ഞാവൽപ്പഴ
            ങ്ങൾ ഒഴിഞ്ഞു ശിഖരങ്ങൾ നിവർന്നു. മറ്റൊന്നും സംഭവി
            ച്ചില്ല. എനിക്കീ മരയോഗിയെ മാത്രം കാണാനായില്ല.
പൊഞ്ചു   : സമയം കളയണ്ട. വാ, നമുക്ക് പോകാം. ഭാഗ്യത്തിന്
            വഴിയിലെങ്ങാനും കണ്ടാലോ. "മരയോഗീ മരയോഗീ ഈ
            പാരുൾക്കാടുകൾക്കിടയിൽ എവിടെയെങ്കിലും ഒളിച്ചിരി
            ക്കുന്നുവെങ്കിൽ പുറത്തേക്കു വരൂ... ഈ ദുഃഖിതരായ മനു
            ഷ്യർക്കു പ്രത്യക്ഷനാകൂ" എന്നു വിളിച്ചാലോ?
ഗൊബ്രാ   : മതി മതി. മരയോഗിയിതാ പ്രത്യക്ഷനായി!
പൊഞ്ചു   : എവിടെ! എവിടെ!
ഗൊബ്ര   : അതാ ആ സാലവൃക്ഷത്തിന്റെ കൊമ്പിൽ.
പൊഞ്ചു   : എനിക്കൊന്നും കാണാൻ പറ്റുന്നില്ല.
ഗൊബ്ര   : ആടുന്നതോ? അതൊരു വാലല്ലേ?
ഉധോ   : നെനക്ക് വട്ടായോ? എടാ അതൊരു കുരങ്ങന്റെ വാലാണ്.
            മരയോഗിയും മറ്റുമൊന്നുമല്ല. അത് ഗോഷ്ടി കാട്ടുന്നതു
            നീ കണ്ടില്ലേ?
ഗൊബ്ര   : ഇത് കറുത്ത കാലമാണ്. നമ്മളെപ്പറ്റിക്കാൻ യോഗി
            കുരങ്ങുരൂപം പൂണ്ടതാണെങ്കിലോ?
പൊഞ്ചു   : നിന്റെ കരിമുഖം കൊണ്ടൊന്നും ഞങ്ങളെ പറ്റിക്കാ
            നാകൂല്ല. കഴിയുന്ന ഏത് മുഖരൂപവും കാട്ടിക്കോളൂ.

ഞങ്ങൾ ഒരിഞ്ച് മാറാൻ പോകുന്നില്ല. ഞങ്ങളങ്ങയുടെ വിശുദ്ധ വാലിൻ കീഴിൽ അഭയം പ്രാപിച്ചിരിക്കുന്നു.

ഗോബ്ര   :   നോക്ക്. യോഗിയതാ നീങ്ങിപ്പോകുന്നു. നമ്മെ വെട്ടിച്ച് കടന്നുകളയാനാണ് നീക്കം.

പൊഞ്ചു   :   നമ്മുടെ ഭക്തിയെ അവഗണിച്ച് യോഗിക്ക് അങ്ങനെ കടന്നു കളയാനാകുമോ?

ഗോബ്ര   :   അതാ യോഗി ആ ബേൽമരത്തിന്റെ കൊമ്പിൽ!

ഉധോ   :   ഓട് പൊഞ്ചു. ഓടിച്ചെന്നാ മരത്തിൽ കയറൂ.

പൊഞ്ചു   :   നെനക്കെന്ത്, കേറാൻ പറ്റൂല്ലേ?

ഉധോ   :   ഇല്ല. നീ കയറ്.

പൊഞ്ചു   :   പ്രിയപ്പെട്ട ഭഗവാനേ, ഞങ്ങൾക്കത്രയും ഉയരത്തിൽ കയറാനാവില്ല. ദയവു തോന്നി താഴേക്കിറങ്ങിവരൂ.

ഉധോ   :   മരയോഗീ അനുഗ്രഹിക്. അങ്ങയുടെ വിശുദ്ധവാൽ കൊണ്ട് ഞങ്ങളെ സ്പർശിക്കൂ. കണ്ണുകളടച്ച് ഞങ്ങൾ നില്ക്കാം.

"എടാ വിഡ്ഢീ. ഇപ്പോ നെനക്ക് ആയോ ഇവളെ ചിരിപ്പിക്കാൻ?"

"ഇല്ല. എല്ലാം കണ്ണുമടച്ച് വിശ്വസിക്കുന്ന ഒരാളെ ചിരിപ്പിക്കാനാകില്ല." പുപ്പു വല്യേച്ചി മരയോഗിയെത്തേടാൻ എന്നെ ഓടിച്ചാലോ എന്ന ഉൽക്ക ണ്ഠയുണ്ടെനിക്ക്.

പുപ്പുവിന്റെ മുഖഭാവം കണ്ടപ്പോൾ എനിക്കല്പം വ്യഥയുണ്ടായെ ന്നതും നേരാണ്. മരയോഗിയെന്ന ആശയം അവൾക്ക് ബോധിച്ചിരിക്കുന്നു. അടുത്ത ദിവസം ഞാനൊരു പരീക്ഷണത്തിൽ ഏർപ്പെടും. ഒരു കാര്യ ത്തിൽ വിശ്വസിക്കാതെതന്നെ അതിൽ അല്പം തമാശ കാണിക്കാനാ കുമോ എന്നെനിക്കറിയണം.

കുറെ കഴിഞ്ഞ് പുപ്പു വല്യേച്ചി എന്റെയടുത്തെത്തി ചോദിച്ചു.

"മുത്തശ്ശാ അങ്ങായിരുന്നെങ്കിൽ മരയോഗിയോട് എന്തു ചോദിക്കു മായിരുന്നു?"

"പുപ്പു വല്യേച്ചിയുടെ കണക്കുകൾ ശരിയാക്കുന്ന ഒരു അത്ഭുത പ്പേന ചോദിച്ചേനെ."

അവൾ കൈകൊട്ടിച്ചിരിച്ചു.

"ഹാ എന്തു രസമായിരിക്കുമപ്പോൾ."

ഈ പ്രാവശ്യത്തെ കണക്കു പരീക്ഷയ്ക്ക് അവൾക്കു കിട്ടിയത് നൂറിൽ പതിമൂന്നര മാർക്കു മാത്രമായിരുന്നു.

നാല്

ഉറങ്ങുകയാണോ സ്വപ്നം കാണുകയാണോയെന്ന് തിരിച്ചറിയാ നാവാത്ത അവസ്ഥയിലായിരുന്നു ഞാൻ. രാത്രിയുടെ ഏതു യാമമാണ തെന്ന് ഒരു രൂപവുമില്ല. മുറിയിൽ ഇരുട്ട് കട്ടപിടിച്ചു കിടന്നു. റാന്തൽ മുറിക്കു പുറത്ത് വരാന്തയിലായിരുന്നു. അസംതൃപ്തമായ ആത്മാവിനെ പ്പോലെ ഒരു നരിച്ചീറ് മുറിക്കുള്ളിൽ വട്ടം കറങ്ങി. ഒടുവിലത് തന്റെ ഇര യ്ക്കുമേൽ വീണു.

"ദാദാ നിങ്ങളുറങ്ങിയോ" എന്നു വിളിച്ചു കൂവിക്കൊണ്ടാണ് 'അയാൾ' കടന്നു വന്നത്.

മറുപടിക്കൊന്നും കാക്കാതെ അയാൾ മുറിക്കുള്ളിലേക്ക് ഇടിച്ചുക യറി.

ശരീരമാസകലം കറുത്ത കമ്പിളിക്കൊണ്ട് പുതച്ചിരുന്നു.

"എന്താണീ പുതച്ചിരിക്കുന്നത്?"

"എന്റെ വിവാഹ വസ്ത്രം"

"വിവാഹ വസ്ത്രമോ? തെളിച്ചു പറയൂ."

"ഞാനെന്റെ വധുവിനെ കാണാനുള്ള പുറപ്പാടിലാണ്."

എന്തുകൊണ്ടെന്നറിയില്ല. ചിലപ്പോൾ അപ്പോഴത്തെ ഉറക്കച്ചടവിനാ ലാകാം അതിൽ അസ്വാഭാവികമായൊന്നും തോന്നിയില്ല.

"നീ ആരാധ്യമായ രീതിയിൽ ഉടുത്തൊരുങ്ങിയിരിക്കുന്നു. നിന്റെ തനിമയിൽ ഞാൻ സന്തുഷ്ടനാണ്. നിന്റെ വസ്ത്രം ശ്രേഷ്ഠമായിരി ക്കുന്നു."

"എന്നുവച്ചാൽ..."

"ശിവൻ തന്റെ തപസ്വിനിയായ വധുവിനെ വിവാഹം കഴിക്കുന്ന വേളയിൽ ഗജചർമ്മമാണല്ലോ ധരിച്ചിരുന്നത്. നീ കരടിത്തോലിലും. ഇങ്ങ ടുത്തു വാ... നോക്കട്ടെ... ശരി നാരദമുനി പോലും സമ്മതിച്ചുപോകും."

"ദാദാ... അങ്ങേയ്ക്ക് വിവരമുണ്ട്. അതുകൊണ്ടാണല്ലോ ഈ അസ
മയത്ത് ഞാൻ അങ്ങയെത്തേടിയെത്തിയത്."

"മണിയിപ്പോഴെത്രയായിക്കാണും?"

"ഒന്നു മുപ്പതാവും."

"വധുവിനെ ഇപ്പത്തന്നെ കാണണോ?"

"തീർച്ചയായും."

"ഗംഭീരം." എനിക്കങ്ങനെ പറയാതിരിക്കാനായില്ല.

"എന്തുകൊണ്ട്?"

"ഇത്തരമൊരു ചിന്ത എന്തുകൊണ്ട് നേരത്തെ വന്നില്ല എന്ന് എനിക്ക്
സങ്കൽപിക്കാനേ ആകുന്നില്ല. നീ നിന്റെ ഓഫീസ് മേധാവിയെ പകലിന്റെ
തെളിച്ചത്തിൽ കാണുമ്പോൾ ഭാര്യയെ രാത്രിയുടെ ഇരുട്ടിലാണ് കാണു
ക."

"അങ്ങയുടെ വാക്കുകൾ അമൃതുപോലെ തോന്നുന്നു. ഇതു സംബ
ന്ധിച്ച് ഗ്രന്ഥങ്ങളിൽ നിന്നുള്ള ഉദ്ധരണികൾകൂടി പറഞ്ഞുതരൂ ദാദ."

"കൂറ്റാക്കൂറ്റിരുട്ടിൽ, ചന്ദ്രികയുടെ ലവലേശവുമില്ലാത്ത രാത്രിയിൽ
പരമശിവൻ കാളിയെ തുറിച്ചുനോക്കുന്ന കാര്യം ആലോചിച്ചു നോക്കൂ."

"ദാദ. അങ്ങയുടെ വാക്കുകൾകേട്ട് എന്റെ നട്ടെല്ല് തരിച്ചുപോവുന്നു.
അതിമനോഹരം. സംസാരിച്ച് സമയം കളയുന്നില്ല. നമുക്കിപ്പോൾ
പിരിയാം."

"ശരി. ആരാണ് നിന്റെ വധു? എവിടെയാണിപ്പോൾ?"

"ചേട്ടത്തിയമ്മയുടെ ഏറ്റവും ഇളയ അനുജത്തി. അവളിപ്പോൾ അവ
രുടെ കുടുംബ വീട്ടിലുണ്ട്."

"നിന്റെ ചേട്ടത്തിയമ്മയെ പോലെതന്നെയാണോ അവളും കാഴ്ച
യ്ക്ക്."

"തീർച്ചയായും. അവർ സഹോദരിമാരല്ലേ?"

"അങ്ങനെയെങ്കിൽ, രാത്രി തന്നെയാണുചിതം."

" 'നീ നിന്റെ ടോർച്ചു കൂടി കൊണ്ടുവരണം' എന്നാണ് ചേട്ടത്തി
യമ്മ പറഞ്ഞത്."

"നിന്റെ ചേട്ടത്തിയമ്മയുടെ വീട് എവിടെയാണ്?"

"ഇവിടെ നിന്നും ഇരുപത്തേഴ് മൈൽ അകലെ. ചൗലക്കല ഗ്രാമ
ത്തിലെ ഉനകൊണ്ടോയിൽ."

"സദ്യയൊക്കെ കാണുമല്ലോ?"

"തീർച്ചയായും."

പെട്ടെന്നുവന്ന കൊതിയടക്കി. കഴിഞ്ഞ പന്ത്രണ്ടു കൊല്ലമായി തുട
രുന്ന കരൾ രോഗം കാരണം ഭക്ഷണകാര്യം കണക്കാണ്. കൊതിമാത്രം
ബാക്കി.

"എന്തൊക്കെ ഭക്ഷണങ്ങളുണ്ടാവും?" ഞാൻ തിരക്കി. അവന്
ആവേശം കയറി. അങ്ങേയറ്റം സ്വാദിഷ്ടമായ മാമ്പഴക്കുഴമ്പു ചേർത്ത്
വേവിച്ച വെള്ളരിക്കയും അരച്ചെടുത്ത ചമ്മന്തിയും പുകയിലവെള്ളത്തിൽ

വേവിച്ച ചോറിൽ പൊതിഞ്ഞ് ചേട്ടത്തിയമ്മ ഗംഭീരമായി ആ സാധനം തയ്യാറാക്കും. അമ്മോ....

അതുംപറഞ്ഞ് അവൻ ഇംഗ്ലീഷ് സ്റ്റൈലിൽ നൃത്തം ചെയ്യാൻ തുടങ്ങി. റ്റി റ്റി ടോം... ടോം.... ഞാനിതുവരെ നൃത്തം ചെയ്തിട്ടില്ല. വന്യമായ ഒരാഗ്രഹം എന്നെ പിടികൂടി എന്റെ കാലുകൾ അറിയാതെയിളകി. ഇരുവരും കൈകൾ കോർത്ത് നൃത്തം ചെയ്തു.

എനിക്ക് അതിയായ ലാഘവത്വം അനുഭവപ്പെട്ടു. ജമുന ദീദി ഇതു കണ്ടിരുന്നെങ്കിൽ അതിയായി സന്തോഷിച്ചേനെ.

ശ്വാസം കിട്ടാതെ വന്നപ്പോൾ ഞാൻ പെട്ടെന്ന് ഇരുന്നു.

"നീ പറഞ്ഞ വിഭവങ്ങളിൽ വൈറ്റമിൻ മാത്രമല്ലേയുള്ളൂ. അത് കരളിന് അമൃതാണ്. നീ നിന്റെ വധുവിനരികിലേക്ക് പോവുകയാണണല്ലോ. എന്നാൽ അവർ അതൊക്കെ ആദ്യമേ രുചിച്ചിട്ടുണ്ടാവില്ലേ?"

"ഒരുവട്ടം രുചിക്കൽ മുമ്പേ കഴിഞ്ഞു."

"അതെങ്ങനെ?"

"ഞങ്ങൾ അന്ത്യമായി യോജിക്കുന്നതിനുമുന്നേ ഞങ്ങൾ യഥാർഥ ത്തിൽ യോജിക്കുമോയെന്നറിയണ്ടേ? അതു ശരിയായില്ലെങ്കിൽ പറയൂ!"

"ശരിതന്നെ. പക്ഷേ, എങ്ങിനെ ഒപ്പിച്ചു."

"കവിതയിൽ ഇണക്കമുണ്ടോ എന്നറിയാൻ ഞാൻ എന്നെ പ്രതിനി ധീകരിച്ച് രംഗമശാൽ മാസികയുടെ സബ് എഡിറ്ററെ അവൾക്കരികിലേ ക്കയച്ചു."

"സുന്ദരീ നീ രാത്രി പോലെ ഇരുണ്ടതാണ്."

അയാൾ തുടങ്ങിവച്ചു.

"ഇതിനോട് പൊരുത്തമുള്ള ഒരു കവിത പറയൂ. കൃത്യമായും പൊരു ത്തമുള്ളതേ പറയാവൂ."

അയാൾ തുടർന്നു.

ഒറ്റശ്വാസത്തിൽ അവൾ പറഞ്ഞു.

"നിങ്ങൾ ഏറക്കുറെ അന്ധനാണ്. അതാണ് കാണാത്തത്."

സബ് എഡിറ്റർക്കത് സഹിക്കാനായില്ല.

അയാൾ തിരിച്ചടിച്ചു.

"ദീർഘമാം കരങ്ങളുള്ള ബ്രഹ്മാവ് പ്രകാശം പോയയളവിലാണ് നിന്നെ സൃഷ്ടിച്ചത്."

"ദീർഘമാം കരങ്ങൾ എന്നയാൾ പ്രയോഗിച്ചതെന്തിന്?"

"അവളല്പം ഉയരം കൂടിയവളാണെന്നു ഞാൻ കേട്ടിരുന്നു. അങ്ങ യേക്കാൾ രണ്ടിഞ്ചു കൂടുതൽ ഉയരംവരും. അതാണല്ലോ എന്റെ ഉത്സാ ഹത്തിന്റെ അടിത്തറ."

"പുളുവടിക്കാതെ."

"ഒരുത്തിയെ കെട്ടുക. പകുതിയൊന്നിനെ സൗജന്യമായി കിട്ടുക!"

"ഞാനങ്ങനെ ഉദ്ദേശിച്ചില്ല."

"അതെന്തോ ആകട്ടെ. സബ് എഡിറ്ററുടെ കൈയിൽ പരാജിതയായ അവൾ കീഴടങ്ങാൻ തീരുമാനിച്ചു."

"ഒരു കരാറുണ്ടാക്കി?"

"അതെ. അവൾ മീൻ ചെതുമ്പലുകൾ നൂലിൽ കോർത്തുണ്ടാക്കിയ നെക്ലസ് അയാളുടെ കഴുത്തിലിട്ടുകൊണ്ട് ഇപ്രകാരം പറഞ്ഞു.

"കീർത്തിയുടെ ഗന്ധം ഭൂമിയുടെ അറ്റംവരെ അങ്ങയെ പിന്തുടരട്ടെ!"

ഇതുകേട്ട് അത്ഭുതംകൊണ്ട് ഞാൻ തുള്ളിപ്പോയി.

"ഞാനെന്തൊരു ഭാഗ്യവാനാണ്! ഈ വിവാഹം അസാധാരണരായ രണ്ടു പേർ തമ്മിലുള്ള വിവാഹമാണ്. അത്തരമൊരവസരം ഇനി കൈ വന്നുവെന്നുവരില്ല. അങ്ങനെയെങ്കിൽ എന്തിന് നല്ല ദിവസവും മുഹൂർത്തവും തേടുന്നു?"

"പക്ഷേ, അവൾ ഒരു വ്യവസ്ഥ മുന്നോട്ടുവച്ചിരിക്കുന്നു. ആരാണ അവളെ പരാജയപ്പെടുത്തുന്നത്, അയാളെ മാത്രമേ അവൾ വിവാഹം കഴിക്കൂ."

"എന്തിലാണവളെ പരാജയപ്പെടുത്തേണ്ടത്? സൗന്ദര്യത്തിലോ?"

"ഇല്ലില്ല. വാക്കുകൾകൊണ്ട്. അവൾ പറയുന്ന വാക്കുകൾക്ക് തത്തുല്യമായതു ഞാൻ പറഞ്ഞാൽ അവൾ പരാജയം സമ്മതിക്കും."

"അവളെ തോല്പിക്കാനാകുമെന്ന് നിനക്കുറപ്പുണ്ടോ?"

"തീർച്ചയായും."

"എന്താണ് നിന്റെ പദ്ധതി. കേൾക്കട്ടെ!"

ഞാൻ പറയും. "എന്റെ സ്വഭാവ വിശേഷങ്ങൾ നാലുവരിയിൽ അവ തരിപ്പിക്കൂ. കവിത കൃത്യമായും ഇണങ്ങുന്നതായിരിക്കണം."

"വധുക്കളെ കണ്ടെത്തുന്ന പ്രവൃത്തിക്ക് പകർപ്പവകാശം ഏർപ്പെടു ത്തുകയാണെങ്കിൽ നിനക്കായിരിക്കും ആദ്യമതു ലഭിക്കുക. തുടക്കത്തിൽ വരനായൊരു ഗീതം ആയിക്കോട്ടെ. അങ്ങനെയാണല്ലോ, ഉമാദേവി അവ സാനം വിജയിച്ചത്."

"ആദ്യവരി നമ്മളവൾക്ക് ചൊല്ലിക്കൊടുക്കണം. അല്ലെങ്കിൽ എന്റെ സ്വഭാവത്തെപ്പറ്റി അവൾക്ക് ഒരു രൂപവും കിട്ടാതാവും. ആ കവിത ഇപ്ര കാരമായാൽ നല്ലത്. 'ഞാൻ ഒരു പുരുഷനെന്നനിലയിൽ നിന്നെ അത്യ പൂർവ്വതകൾ ഉള്ളവളായി കാണുന്നു.' ഇതിനോടിണങ്ങുന്ന മൂന്നുവരി കൾ ചമയ്ക്കാൻ നാം നിർബ്ബന്ധിച്ചാൽ അവൾ നിരാശയിലാവും. പരാ ജയം സമ്മതിക്കേണ്ടിവരും. അടുത്തവരി എങ്ങനെയാവണം. അതൊന്നു പറഞ്ഞുതരൂ ദാദാ."

ഞാനിങ്ങനെ ചൊല്ലിക്കൊടുത്തു:

"നിന്നെയൊരു പിശാച് പിടികൂടിയോയെന്ന്

ഞാൻ ഭയപ്പെടുന്നു."

"ഗംഭീരം! പക്ഷേ, രണ്ടു മൂന്നുവരികൾ കൂടി ചേർത്തില്ലെങ്കിൽ അത് അപൂർണ്ണമാകും. വധുവിന്റെ കാര്യം പോട്ടെ അവളുടെ അച്ഛനും പോലും ഇതുമായി ചേരുന്ന കവിത എഴുതാൻ കഴിയില്ല."

"ദാദ അങ്ങേയ്ക്കെന്തെങ്കിലും ആലോചിക്കാനാകുന്നുണ്ടോ!"

"ഇല്ല. ഒട്ടുമില്ല."

"എന്നാൽ കേട്ടോളൂ."

"മേല്ക്കുരയിൽ നിന്നെടുത്തു ചാടു

പുതയട്ടെ നിൻ തല താഴെ ചെളിയിൽ

മോഹാലസ്യം പോൽ – ആരെങ്കിലും – എത്ര – എവിടെ?"

"ഭേ.. ഇതെന്തൊരു ഭാഷയാണ്?"

"അറിഞ്ഞുകൂടേ? ദൈവഭാഷയായ സംസ്കൃതം? ഒരു ഘട്ടത്തിൽ ചില ശബ്ദഘോഷങ്ങൾക്കപ്പുറം അതു വികസിച്ചില്ല."

"ആരെങ്കിലും – എത്ര – എവിടെ എന്നൊക്കെപ്പറഞ്ഞാൽ എന്താ ണതിനർത്ഥം?"

"എങ്ങനെ വേണമെങ്കിലുമെടുക്കാം. ബംഗാളിയാണ്. വായ്മൊഴി വഴക്കമെന്നൊക്കെ ആധുനിക പണ്ഡിതന്മാർ പറയും."

അയാളോടുള്ള എന്റെ ബഹുമാനം കരകവിഞ്ഞൊഴുകി. അയാൾ ചില്ലറക്കാരനല്ല. അയാളുടെ ചുമലിൽ തട്ടിക്കൊണ്ട് ഞാൻ പറഞ്ഞു: "നീയെന്നെ സ്തബ്ധനാക്കിക്കളഞ്ഞു."

"അങ്ങനെ സ്തബ്ധനായി നിന്നുകളയണ്ട. നമുക്കു പോകണ്ടേ? വിവാഹ മുഹൂർത്തമിതാ കടന്നുപോകുന്നു. ബാബാകരൺ സമയം കടന്നുപോകും തൈത്തിലാകരൺ കടന്നുവരും പിന്നെ വൈഷ്കുംബ യോഗവും ഹർഷണയോഗവും ബിഷ്ക്തികരണും അവസാനമായി ആസ്രിക്ക് യോഗവും ധനിഷ്ഠാനകസ്താര യോഗവും എത്തും[1]. പ്യാഥി പഥയോഗവും ബാലകരണം പരിഗ്യോഗവും ഗാർകരണുമായി സന്ധി ക്കുകയാണെങ്കിൽ വിനാശം മുന്നിലുണ്ടെന്നു കാണണമെന്നാണ് ഗോസാ മിമാർ പറയുന്നത്. ഗർകരണിനേക്കാൾ വിനാശകരമായ മറ്റൊന്നില്ലെ ന്നാണ് വീട്ടമ്മമാർ പറയുന്നത്. സിദ്ധിയോഗം, ബ്രഹ്മയോഗം, ഇന്ദ്രയോ ഗം, ശിവയോഗം തുടങ്ങിയ യോഗങ്ങൾ ഈയാഴ്ചയിലില്ല. ഇരു പത്തിയേഴു നക്ഷത്രങ്ങളിൽ ഏഴാമത്തേത് ആകാശത്ത് കാണപ്പെടുന്നു വെങ്കിൽ ബാരിയൻ യോഗത്തിനുള്ള ചെറിയൊരു സാദ്ധ്യത കാണുന്നു."

"വൈകണ്ട. ഉടനേ പുറപ്പെടണം. പുട്ടുലാലിനോട് വേഗം കാറുമാ യെത്താൻ പറയൂ. അയാൾക്ക് നെയ്ത്ത് യന്ത്രത്തിനു മുന്നിലിരിക്കാൻ സമയമായി. കുറച്ചുനേരം നൂൽ നൂത്തില്ലെങ്കിൽ അയാൾക്ക് ഉറക്കം വരില്ല. അതാണ് ഡ്രൈവിങ്ങിൽനിന്നു കിട്ടിയ മിച്ചം."

ഞങ്ങൾ കാറിലേക്കു വലിഞ്ഞു കയറി.

വനമേഖലയിലൂടെയാണ് ഞങ്ങളുടെ യാത്ര. കടുത്ത ഇരുട്ടാണ ല്ലായിടത്തും. ഒരു കുളത്തിനടുത്തുള്ള കളപ്പുല്ലുകൾക്കരികിലൂടെ പായു മ്പോൾ എവിടെയോ ഒരു കുറുക്കൻ ഓലിയിട്ടു. ഓലിയിടൽ കേട്ട പുട്ട

---

1. അനുഷ്ഠാനച്ചടങ്ങുകളിൽ ഉപയോഗിക്കുന്ന സംസ്കൃത വാക്കുകളുടെ ശബ്ദത്തെ വികലമായി അനുകരിച്ചുകൊണ്ട്...

ലാലിന് സമനില തെറ്റി. അയാൾ കാർ കുളത്തിലേക്ക് ഓടിച്ചിറക്കി. ഈ സമയം കൊണ്ട് ഒരു തവള അയാളുടെ മുണ്ടിനുള്ളിലേക്കു നുഴഞ്ഞു കയറി. അതൊരു വനാന്തർഭാഗമാണെന്നത് കരുതിക്കാണും. എന്തൊരു അവസ്ഥയാണിത്? "പുട്ടുലാൽ നിങ്ങൾക്ക് മുതുകുവേദനയുള്ളതല്ലേ. അനങ്ങാതിരിക്കൂ. ആ തവള അതിനു തോന്നിയതുപോലെ ചാടിപ്പോയ് ക്കോട്ടെ. സ്വാതന്ത്ര്യത്തെപ്പറ്റി ഇത്ര വലിയൊരു സന്ദേശം നിങ്ങൾക്കൊ രിക്കലും കിട്ടാൻ പോകുന്നില്ല."

ഞാൻ കാറിനു മുകളിലേക്ക് ചാടിക്കയറി. വനമാലീ! വനമാലീ! എന്ന് ഉച്ചത്തിൽ വിളിച്ചു.

എങ്ങും അവന്റെ പൊടിപോലുമില്ല. ഭോൽപ്പൂർ റെയിൽവേ സ്റ്റേഷ നിൽ കീറത്തുണിയും പുതച്ച് കൂർക്കം വലിച്ചുറങ്ങുകയാവുമിപ്പോൾ. ഓടി ച്ചെന്ന് അവന്റെ മൂക്കിനുള്ളിലേക്ക് പേന കുത്തിയിറക്കി തുമ്മിക്കാനുള്ള ത്വര എന്നുള്ളിൽ വളർന്നു വന്നു. അങ്ങനെ ചെയ്താൽ ഒരുപക്ഷേ, അവൻ ഉണർന്നേക്കും.

ഇതിനിടെ എന്റെ മുടിയാകെ ചെളിവെള്ളം പുരണ്ട് അലങ്കോലപ്പെ ട്ടിരുന്നു. തല വൃത്തിയായി ചീകിയൊതുക്കാതെ നിന്റെ ചങ്ങാതിയുടെ ചേട്ടത്തിയമ്മയുടെ മുന്നിൽ ചെന്നുപെടാൻ വയ്യ. ശബ്ദംകേട്ട് കുളത്തി ലുണ്ടായിരുന്ന താറാവുകൾ കാറാൻ തുടങ്ങി. ഒറ്റക്കുതിപ്പിന് ഞാൻ അവ റ്റകൾക്കിടയിലേക്കു ചാടി ഒരെണ്ണത്തിന്റെ കഴുത്തിൽ പിടികൂടി. അതിന്റെ ചിറകടിയാൽ എന്റെ തലമുടിയുണങ്ങി.

"ദാദാ ബാബു നിങ്ങൾ പറഞ്ഞതു തന്നെയാണ് ശരി. എന്റെ തുണി ക്കുള്ളിൽ കയറിയ തവള ഇപ്പോൾ മുതുകിൽ പതുങ്ങി. നല്ല സുഖം തോന്നുന്നു. എന്റെ ഉറക്കക്ഷീണവും പോയിക്കിട്ടി."

പുട്ടുലാൽ വിളിച്ചുകൂവി.

ഒടുവിൽ ഞങ്ങൾ വല്ലവിധേനയും ചേട്ടത്തിയമ്മയുടെ വീട്ടിലെത്തി. നല്ല വിശപ്പുണ്ടായിരുന്നതിനാൽ വധുവിനെ കാണുന്ന കാര്യം തന്നെ മറന്നു.

"അവൻ ഇത്രയും നേരം ഒപ്പമുണ്ടായിരുന്നു. ഇപ്പോ കാണാനില്ല. എവിടെയവൻ?" ഞാൻ ചോദിച്ചു.

മുഖം മറച്ചിരുന്ന ദുപ്പട്ടയ്ക്കുള്ളിൽ നിന്നും ഒരു ശബ്ദം പുറത്തു വന്നു.

"അവൻ വധുവിനെ അന്വേഷിച്ചു പോയിക്കാണും."

"ഏതു ചവറു കുഴിയിലേക്ക്?"

"വറ്റിയ കുളക്കരയിലെ മുളങ്കുടിലിൽ"

"എത്ര ദൂരമുണ്ട്?"

"ഒമ്പതു മണിക്കൂർ യാത്രയുണ്ടാവും."

അത് വളരെ അകലെയാണ്. ഞാനാകെ തളർന്നു.

"ഇനി പോവാൻ വയ്യ. നിങ്ങളുടെ സുപ്രസിദ്ധമായ ചമ്മന്തി വില മ്പിയാലും."

ചേട്ടത്തിയതു നൈരാശ്യത്തോടെ പറഞ്ഞു.

"എന്റെ ദൗർഭാഗ്യത്തിന് ഇരുന്ന ചമ്മന്തിയെല്ലാം ഒരു പാത്രത്തിൽ നിറച്ച് ബുന്ദു ദീദിക്കു കൊടുത്തയച്ചു. അവർക്കത് കടുകെണ്ണയിൽ ചേർത്തു കഴിക്കാൻ വലിയ ഇഷ്ടമാണ്." ഞാൻ വിളറിപ്പോയി.

"ഇനി എന്തു കഴിക്കും?"

"ശർക്കരപ്പാനിയിൽ വറ്റിച്ചെടുത്ത കൊഞ്ചുണ്ട്. മതിയോ? എന്തെ ങ്കിലും കഴിക്കു മോനേ അല്ലെങ്കിൽ വയറ് കേടാവും."

ഞാൻ ആവുന്നതും കഴിച്ചു. എന്നിട്ടും ബാക്കിയുണ്ട്.

"കുറച്ച് കഴിക്കു...." ഞാൻ പുട്ടുലാലിനോടു പറഞ്ഞു.

"എനിക്കാ ജാറു തരൂ. ഞാൻ വീട്ടിൽ കൊണ്ടുപോയി അന്തിപ്രാർത്ഥ നയ്ക്കു ശേഷം കഴിക്കാം."

ഞങ്ങൾ വീട്ടിലേക്കു മടങ്ങി. ഞങ്ങളുടെ ചെരിപ്പ് ചെളിയിൽ പൂണ്ടു. ശരീരമാസകലം ചെളിപുശിയപോലുണ്ട്.

ഞാൻ വനമാലിയെ വിളിച്ചുവരുത്തി.

"എടാ കൊരങ്ങാ നീയെവിടെയായിരുന്നു.
വിളിച്ച വിളിയൊന്നും കേട്ടില്ലേ?"

അവൻ പൊട്ടിക്കരയാൻ തുടങ്ങി.

"ഒരു തേൾ കുത്തി. അതു കാരണം ഞാനങ്ങുറങ്ങിപ്പോയി."

ഇതും പറഞ്ഞ് അവൻ കിടക്കയിലേക്കു ചരിഞ്ഞു.

വില്ലൻ മുഖഭാവമുള്ള ഒരുവൻ പെട്ടെന്ന് മുറിയിലേക്ക് ഇരച്ചുകയറി. നല്ല ഉയരം. വിരിഞ്ഞ മാറ്, വണ്ണമുള്ള കഴുത്ത്. വനമാലിയെപ്പോലത്തെ കറുപ്പ്. എഴുന്നേറ്റു നില്ക്കുന്ന തലമുടി. ചുവന്ന കണ്ണുകൾ. നിറയെ ചിത്ര ങ്ങളുള്ള അയഞ്ഞ കുപ്പായം. ത്രികോണാകൃതിയിലുള്ള ഒരു മഞ്ഞ തോർത്ത് ഒടിഞ്ഞ കൈയിൽ തൂക്കിയ ചുവന്ന ലുങ്കിക്കു മേൽ കെട്ടിയി ട്ടുണ്ട്. അറ്റത്ത് ചെമ്പ് തകിട് പതിപ്പിച്ച മുളദണ്ഡ് കൈയിൽ പിടിച്ചിട്ടുണ്ട്. ഗദായി ബാബുവിന്റെ മോട്ടോർ കാറിൽനിന്നും പുറത്തുവരുന്ന ശബ്ദം പോലെയാണ് സംസാരം. ബാബുമശായി എന്ന ആ ഒറ്റവിളിക്കു തന്നെ ഒരു മൂന്നര കണ്ടി ഭാരമുണ്ടാകും.

ഞെട്ടി വിറച്ചതു കാരണം എന്റെ പേന തുളച്ചുകയറി പേപ്പറിൽ ഒരു ദ്വാരം വീണു.

"ആരാണു നിങ്ങൾ? എന്താണ് വേണ്ടത്?"

ഞാൻ ചോദിച്ചു.

"ഞാൻ വല്ലാറാം. ഞാനെന്റെ സഹോദരിയുടെ വീട്ടിൽ എത്തിയ താണ്. നിങ്ങളുടെ ആ 'അയാൾ' ഇപ്പോഴെവിടെയാണ്."

"എനിക്കെങ്ങനെയറിയാം?"

വല്ലാറാം എന്നെ തുറിച്ചുനോക്കി.

"ഉറപ്പാണോ? ചത്ത അണ്ണാന്റെ വെട്ടിമാറ്റിയ വാലുപോലെ അവന്റെ കുത്തിത്തച്ച കമ്പിളി സോക്സ് നിങ്ങടെ ബുക്ക്ഷെൽഫിൽ തൂങ്ങിക്കിട

ക്കുന്നതു ഞാൻ കണ്ടു. അതുമാത്രം ഇവിടെയിട്ടിട്ട് അവനെങ്ങോട്ടാണ് ഓടിപ്പോയത്?"

"ഞങ്ങളുടെ 'അയാൾ' ഒന്നുമങ്ങനെ നഷ്ടപ്പെടുത്തുന്നവനല്ല. എവിടെപ്പോയിരുന്നാലും ശരി ഇതെടുക്കാനായി അയാളിങ്ങെത്തും. എന്താണു കാര്യം?"

"ഇന്നലെ എന്റെ സഹോദരി ആർമി കമാന്റന്റിന്റെ വീട്ടിൽ പോയി രുന്നു. അദ്ദേഹത്തിന്റെ ഭാര്യയും അവളും വലിയ കൂട്ടുകാരാണ്. ആ തക്കം നോക്കി നിങ്ങടെ ആ അയാൾ വീടിനുള്ളിൽ കയറി കലം, കുട, ചീട്ട്, റാന്തൽവിളക്ക്, ഒരു ചാക്ക് കല്ക്കരി എന്നിവയുമായി കടന്നുകളഞ്ഞു. ചൂരൽക്കുട്ട നിറയെയുണ്ടായിരുന്ന ചുരയ്ക്ക കുട്ടയോടെ കാണാതായി. അവളാകെ കലികേറി നില്ക്കുകയാണ്."

"ശരി. അതിനു ഞാനെന്തു ചെയ്യണമെന്നാണ്?"

"അയാൾ നിങ്ങളുടെ വീട്ടിലോ പരിസരത്തോ പതുങ്ങിയിരിക്കുക യായിരിക്കും. അവനെ വലിച്ചു പുറത്തിടു."

"അയാളിവിടെയില്ല. പരാതിയുണ്ടെങ്കിൽ പൊലീസ് സ്റ്റേഷനിലേക്കു പോകൂ."

"അയാളിവിടെത്തന്നെയുണ്ട്."

"ശല്യമായല്ലോ. അയാളിവിടെയില്ലെന്നു പറഞ്ഞില്ലേ?"

"അയാളിവിടെത്തന്നെയുണ്ട്. ഇവിടത്തന്നെയുണ്ട്." വല്ലാറാം എന്റെ മേശമേൽ ഇടിച്ചു. മേശമേലിരുന്നതെല്ലാം ചിന്നിത്തെറിച്ചു. അടുത്ത മുറി യിലുണ്ടായിരുന്ന ഭ്രാന്തൻ കുറുക്കനെപ്പോലെ മോങ്ങി. അടുത്ത വീടുക ളിലെ നായ്ക്കൾ ഒപ്പം മോങ്ങാൻ തുടങ്ങി. വനമാലി എനിക്കു കുടിക്കാൻ തന്ന സർബത്ത് മേശമേൽ കമഴ്ന്നു. സർബത്ത് വൈലറ്റ് മഷിയുമായി കലർന്നു. മേശവരിയിലൂടെ ഒലിച്ച് ആ ദ്രാവകം എന്റെ ഷൂവിന്മേൽ വീണു. ഞാൻ വനമാലിയോട് തട്ടിക്കയറി.

വല്ലാറാമിനെ കണ്ടയുടനെ വനമാലി 'എന്നെ രക്ഷിക്കു' എന്ന വിളിച്ചു കൂവിക്കൊണ്ട് ഓടി രക്ഷപ്പെട്ടു.

എനിക്ക് പെട്ടെന്നാണ് ഓർമ്മവന്നത്.

"നമ്മുടെ 'അയാൾ' അയാളുടെ വധുവിനെത്തേടി പോയിരിക്കുക യാണ്."

'എവിടെ?'

"ആ വറ്റിയ കുളക്കരയിലെ മുളങ്കുടിലിൽ."

"അവിടെയാണല്ലോ എന്റെയും വീട്."

"ശരി. എങ്കിൽ നിങ്ങൾക്കൊരു മകളുണ്ടോ?"

"ഉണ്ട്."

"അപ്പോ ശരി. നിങ്ങൾ അവൾക്കൊരു വരനെ കണ്ടെത്തിയിരി ക്കുന്നു."

"ഉറപ്പു പറയാനാവില്ല. അവർ വിവാഹിതരാകും വരെ ഞാനെന്റെ ദണ്ഡുമായി നിങ്ങളുടെ ആ 'അയാൾക്കു' പുറകെ ഉണ്ടായിരിക്കും. അപ്പോ

മാത്രമേ അച്ഛനെന്ന നിലയിൽ ഞാനെന്റെ കടമകളിൽനിന്നും മോചിത നാവൂ."

"എങ്കിൽ വേഗം പോകുന്നതാണു നല്ലത്. വരൻ ഇപ്പോൾ വധുവിനെ ചുറ്റിപ്പറ്റി നില്ക്കുകയാവും."

"അതു ശരിയാണ്." അയാൾ സമ്മതിച്ചു.

മുറിയിലിരുന്നൊരു പഴയ ബക്കറ്റ് അയാൾ കൈയിലെടുത്തു.

"എന്തിനാണിത്."

ഞാൻ ചോദിച്ചു.

"പുറത്തു നല്ല വെയിലാണ്. ഇതു തൊപ്പിയായി ഉപയോഗിക്കാം."

അയാൾ പോയി.

അപ്പോഴേക്കും കാക്കകൾ കരയാൻ തുടങ്ങിയിരുന്നു.

ട്രാമിന്റെ ഇരമ്പൽ കേൾക്കാം. ഞാൻ വേഗത്തിൽ എഴുന്നേറ്റ് വന മാലിയെ വിളിച്ചു.

"ആരാണെന്റെ മുറിയിൽ കയറിയത്."

"ദീദീ മണിയുടെ പൂച്ച."

കണ്ണുകൾ തിരുമ്മിക്കൊണ്ട് അവൻ പറഞ്ഞു.

പുപ്പു വല്യേച്ചി അതിശയത്തോടെ എന്നെ നോക്കി.

"ഇതെന്തോന്ന് മുത്തശ്ശാ. കല്യാണസദ്യയ്ക്കു പോയ കാര്യമായി രുന്നില്ലേ ഇത്രനേരവും എന്നോട് പറഞ്ഞുകൊണ്ടിരുന്നത്. മുത്തശ്ശന്റെ മുറിയിൽ വല്ലാറാം വന്ന കാര്യവും പറഞ്ഞല്ലോ?"

ഞാൻ കൃത്യസമയത്തുതന്നെ നിർത്തി. കണ്ട സ്വപ്നത്തെപ്പറ്റി ആദ്യ വസാനം പറയാൻ തുടങ്ങുകയായിരുന്നു ഞാൻ. അങ്ങനെയായിരുന്നെ ങ്കിൽ എല്ലാം തുലഞ്ഞേനെ. ഇവിടം മുതൽ എനിക്കിനി വല്ലാറാമിനെ ശ്രദ്ധയോടെ കൈകാര്യം ചെയ്യണം. ദൈവം നമ്മുടെ സ്വപ്നങ്ങളിൽ ഇടപെടുമ്പോൾ പരാതിപ്പെടാനാവില്ലല്ലോ. പിന്നെയെന്തിന് നമ്മളത് ചെയ്യണം. അങ്ങനെ ചെയ്താൽ അതു കടുത്ത കാര്യമായിപ്പോവും.

"മുത്തശ്ശാ അവര് കല്യാണം കഴിച്ചോ എന്ന കാര്യം ഇതുവരെ പറ ഞ്ഞില്ല."

പുപ്പു വല്യേച്ചി ഇടപെട്ടു.

"ഒരു കല്യാണം അനിവാര്യമായിരിക്കുന്നു.

അതിൽ നിന്നവർക്ക് രക്ഷപ്പെടാനാവില്ല."

"കല്യാണം കഴിഞ്ഞശേഷം മുത്തശ്ശൻ കണ്ടോ, അവരെ?"

"പിന്നെ. അപ്പൊ ഏകദേശം പുലർച്ചെ നാലു നാലര മണിയായി ക്കാണും. തെരുവു വിളക്കുകൾ അപ്പോഴും മുനിഞ്ഞു കത്തുന്നുണ്ടായി രുന്നു. വധുവരന്മാർ നടന്നുപോകുന്നത് ഞാൻ കണ്ടു."

"എങ്ങോട്ടേക്ക്?"

"പുതിയ ചന്തയിലേക്ക്. കാച്ചിലോ മറ്റോ വാങ്ങാൻ."

"കാച്ചിലോ?"

"അതെ. വരന് എതിർപ്പൊക്കെയുണ്ടായിരുന്നു."

"എന്തിന്?"

"അവൻ പറഞ്ഞു ആവശ്യമെങ്കിൽ കാച്ചിലിനു പകരം ചക്ക വാങ്ങാമെന്ന്."

"എന്നാൽ ചക്ക കാച്ചിലിനു പകരമാവില്ലല്ലോ."

"അതിനുശേഷം?"

"ദൗർഭാഗ്യമെന്നു പറഞ്ഞാൽ മതിയല്ലോ.

നമ്മുടെ പാവപ്പെട്ട 'അയാൾ' കാച്ചിലും തോളിൽക്കയറ്റി നടക്കാൻ തുടങ്ങി."

പുപ്പുവിനത് ഇഷ്ടപ്പെട്ടു.

"അതു പറ്റിയ പണിതന്നെ."

<h1 style="text-align:center">അഞ്ച്</h1>

രാവിലെ ചായ കുടിച്ചിരിക്കുമ്പോൾ 'അയാൾ' കടന്നുവന്നു.

"എന്തെങ്കിലും പറയാനുണ്ടോ?"

ഞാൻ അന്വേഷിച്ചു.

"ഉണ്ട്."

"വേഗം പറയൂ. എനിക്കുടനേ പോകണം."

"എങ്ങോട്ട്."

"വൈസ്രോയിയെ കാണാൻ."

"ഇടയ്ക്കിടയ്ക്ക് കാണണമെന്ന് ആവശ്യപ്പെട്ട് വൈസ്രോയി ആളെ അയക്കാറുണ്ടോ?"

"ഇല്ല. പക്ഷേ, അങ്ങനെ ആഗ്രഹിക്കുന്നുണ്ടാവും."

"എന്തിന്?"

"അയാളുടെ ചാരന്മാരേക്കാൾ സമർത്ഥമായി വാർത്തകൾ കണ്ടെ ത്താനെനിക്കാവും. ഒരു റാവു ബഹദൂറിനും എനിക്കൊപ്പമെത്താനാവില്ല."

"അതെനിക്കറിയാം. എന്നാൽ അങ്ങ് ഈയിടെയായി എന്നെപ്പറ്റി തോന്നുന്നതൊക്കെ പറയുന്നുണ്ട്."

"അത്ഭുത കഥകൾക്കിപ്പോൾ ഏറെ ആവശ്യക്കാരുണ്ട്."

"അത്ഭുത കഥകളായിരിക്കാം. എന്നാൽ അതിനുമുണ്ടൊരു പരിധി. എന്തെങ്കിലും ഒരു തുമ്പുകിട്ടിയാലുടൻ ചേർത്തുവായിക്കാനും കണ്ടെ ത്തലുകൾ നടത്താനും ആർക്കുമാവും.

"എന്നാൽ പറയൂ, ഒരത്ഭുതകഥ."

"ശരി. കേട്ടോളൂ."

പണ്ഡിതനായ സ്മൃതിരത്ന മഹാശയൻ മോഹൻ ബാഗന്റെ ഗോൾ കീപ്പറായിരുന്നു. കല്ക്കത്ത ടീമിൽനിന്നും തുടർച്ചയായ അഞ്ചുഗോളു കൾ വാങ്ങിക്കൂട്ടി. ഗോളുകൾകൊണ്ട് അയാളുടെ വയറു നിറച്ചിട്ടും അവർക്ക് തൃപ്തിയായില്ല. ഹതാശനായ മഹാശയൻ ഒക്ടർലോണി സ്മാരകത്തിലെത്തിച്ചേർന്നു. സ്മാരകത്തിന്റെ ചുവടു മുതൽ മുകളിലോട്ട് നക്കിത്തുടയ്ക്കാൻ തുടങ്ങി. നക്കൽ വേഗത്തിൽ പൂർത്തിയായി. യൂണി വേഴ്സിറ്റി സെനറ്റ് ഹാളിനു മുന്നിൽ ചെരുപ്പു കുത്തുന്ന ബദരുദ്ദീൻ ഇതു കണ്ട് ഞെട്ടി.

"അങ്ങ് മഹത്ഗ്രന്ഥങ്ങൾ പഠിച്ചിട്ടുള്ളവനാണ്. എന്നിട്ടും ഈ സ്മാര കത്തെ തുപ്പൽകൊണ്ട് മലിനപ്പെടുത്തിയല്ലോ. കഷ്ടം.... കഷ്ടം...."

അയാൾ പറഞ്ഞു.

അയാൾ സ്വന്തം നിലയിൽ മൂന്നുവട്ടം സ്മാരകത്തിലേക്കു തുപ്പി. എന്നിട്ട് റിപ്പോർട്ടു ചെയ്യാനായി സ്റ്റേറ്റ്സ്മാൻ ഹൗസിലേക്കു വേഗത്തിൽ പോയി.

സ്മൃതിരത്ന മഹാശകന് സ്വബോധം തിരിച്ചുകിട്ടി.

സ്മാരകത്താൽ തന്റെ നാവു മലിനമായ കാര്യം തിരിച്ചറിഞ്ഞു.

അദ്ദേഹം മ്യൂസിയം വളപ്പിലെ കാവല്ക്കാരനോട് പറഞ്ഞു.

"പാണ്ഡെ, താങ്കളും എന്നെപ്പോലൊരു ബ്രാഹ്മണനാണല്ലോ. താങ്കൾ എനിക്കൊരു ഉപകാരം ചെയ്യണം."

"പറയൂ. എന്താണ് നോം ചെയ്യേണ്ടത്."

ഈശാൻതാടി തടവിക്കൊണ്ടും തൊപ്പി ശരിയാക്കി സലാം വച്ചു കൊണ്ടും അയാൾ പറഞ്ഞു.

"അതൊരു കുഴയ്ക്കുന്ന ചോദ്യമാണ്. സാംഖ്യകാരിക പരിശോധി ച്ചശേഷം അതിനു മറുപടി പറയാം. അതുപോകട്ടെ, ഞാനാ സ്മാരകം നക്കിത്തുടച്ചു എന്റെ നാക്ക് അശുദ്ധമായി. എന്തു ചെയ്യുമിനി?"

ബർമ്മാ ചുരുട്ടിനു തീ കൊടുത്ത് ദീർഘമായി പുക ഉള്ളിലേക്കെ ടുത്ത് അയാൾ ആജ്ഞാപിച്ചു.

"വേഗം വീട്ടിലേക്കു പോകൂ. വെബ്സ്റ്റേഴ്സ് ഡിക്ഷനറി നോക്കി പരിഹാരക്രിയ എന്താണെന്നു നോക്കൂ."

"അതിനു ഞാനങ്ങ് ഭട്പാറ വരെ പോകണം.

അതിനൊന്നും ഇപ്പോൾ സമയമില്ല. എനിക്ക് നിങ്ങളുടെ ആ ദണ്ഡ് ഒന്നു കടം തരുമോ?"

സ്മൃതിരത്ന ചോദിച്ചു.

"എന്തിന്, കണ്ണിലെ കരട് എടുക്കാനോ?"

"അതെ. എങ്ങനെ അറിഞ്ഞു? ഇന്നലെ സംഭവിച്ചതാണ്. ഡോക്ടർ മാക്കാർട്ടിനിയെ കാണാൻ ഞാൻ തെരക്കിട്ടു പോവുകയായിരുന്നു. അറി യാമല്ലോ അദ്ദേഹം ഒരു ഉദരരോഗ വിദഗ്ദ്ധനാണെന്ന കാര്യം. അദ്ദേഹം

ഒരു ഷവൽ എടുക്കാനായി എന്നെ നാർക്കെൽ ദംഗ വരെ ഓടിച്ചു. കണ്ണു ക്ലീൻ ചെയ്യാനേ...."

"അതിനെന്തിന് എന്റെ ദണ്ഡ്?"

"ടൂത്ത് ബ്രഷായി ഉപയോഗിക്കാൻ...."

"എന്നാൽ ശരി." ആശ്വാസത്തോടെ പാണ്ഡു പറഞ്ഞു. "ഞാൻ കരു തിയത് തുമ്മാനായി മൂക്കിൽ കയറ്റാനായിരിക്കുമെന്ന്. അങ്ങനെയാണെ ങ്കിൽ എനിക്കിത് ഗംഗാ ജലത്താൽ ശുദ്ധമാക്കണം."

ഈ ഘട്ടമായപ്പോൾ ഹുക്ക അടുത്തേക്കു നീക്കി നമ്മുടെ 'അയാൾ' ഒരു ദീർഘ വലി വലിച്ചു.

"ദാദാ ഇതാണു അങ്ങയുടെ കഥപറച്ചിൽ രീതി. വിരലുകൾക്കിട യിൽവച്ച് സുഗമമായി എഴുതുന്നതിനുപകരം ഗണപതിയുടെ കൊമ്പു കൊണ്ടെന്നപോലെ കുത്തിവരച്ച് മത്തങ്ങ എഴുത്തെഴുതും. സാധാരണ സംഭവങ്ങളെ അസാധാരണ സംഭവങ്ങളാക്കും. അതു വളരെ എളുപ്പമാണ്. വൈസ്രോയിയുടെ എണ്ണക്കച്ചവടമെന്നും ചന്തയിലെ കരുവാട് കച്ചവട മെന്നുമൊക്കെപ്പറഞ്ഞ് വിലകുറഞ്ഞ തമാശകൾ ഉണ്ടാക്കാനാകുമെങ്കിലും അതിനൊന്നും ഒരു മൂല്യവുമില്ല."

"നെനക്ക് സംയമനം നഷ്ടപ്പെട്ട പോലുണ്ട്."

"സ്ബോധമൊന്നും നഷ്ടപ്പെട്ടിട്ടില്ല എനിക്ക്. കഴിഞ്ഞ ദിവസം നിങ്ങൾ എന്റെ വിഡ്ഢിക്കഥകൾ പടച്ചുണ്ടാക്കി പുപ്പു വല്യേച്ചിയെ കേൾ പ്പിച്ചു. അവളൊരു കുഞ്ഞായതു കാരണം അതെല്ലാം വിഴുങ്ങി. അത്ഭുത കഥകൾ പറയണമെന്നുണ്ടെങ്കിൽ അതിനല്പം സാമർത്ഥ്യമൊക്കെ വേണം."

"എനിക്കതില്ലെന്നാണോ നീ പറയുന്നത്?"

"ഒട്ടും ഇല്ല. ഞാൻ ഇടപെടെണ്ടെങ്കിൽ മിണ്ടാതിരിക്കാം. വിരുന്നു കാരനു ജിറാഫിനെ കറിവച്ചു നല്കിയെന്നും, സ്രാവ് കടുകെണ്ണയിൽ പൊരിച്ചു നല്കിയെന്നും ഹിപ്പൊപ്പൊട്ടാമസ് പുലാവു നല്കിയെന്നും പനയോല വരുത്തു നല്കിയെന്നുമൊക്കെ പറഞ്ഞാൽ അത് വൃത്തികേ ടാണെന്നു പറയാതിരിക്കാനാവില്ല. ആർക്കും കഴിയും അതിനൊക്കെ."

"ശരി. നീയാണെങ്കിൽ എങ്ങനെയെഴുതും."

"അങ്ങേയ്ക്കു വിഷമം തോന്നില്ലല്ലോ! ദാദാ എന്റെ നിരീക്ഷണ ശേഷി അങ്ങയുടേതിനേക്കാൾ കേമമല്ല. അങ്ങയുടെ സ്ഥാനത്ത് ഞാനാ യിരുന്നെങ്കിൽ ഇങ്ങനെയായിരിക്കും പറയുക – ചീട്ടു കളിക്കാനായി എന്നെ തസ്മാനിയയിലേക്കു ക്ഷണിച്ചു. ഗൃഹനാഥനായ കൊജ്മചുക്കു ഭാര്യ ശ്രീമതി ഹഞ്ചിയന്താനി കോരുങ്കുന മകൾ പാംകുനി ദേവി എന്നി വരാണ് ആ വീട്ടിലുണ്ടായിരുന്നത്. മകൾ ഞങ്ങൾക്ക് കിന്റിനാബു മെരി യനാത്തു ഉണ്ടാക്കിത്തന്നു. സ്വന്തം കൈകൾകൊണ്ട്. മൈലുകൾക്കപ്പു റത്തേക്ക് അതിന്റെ മണംപരന്നു. കാറ്റത്ത് ഇതിന്റെ മണമടിച്ച് കുറുക്ക ന്മാർ പകൽവെട്ടത്തിൽ ഓരിയിട്ടു. ആർത്തികൊണ്ടാണോ വെറുപ്പുകൊ

ണ്ടാണോ എന്ന് തീർത്തുപറയാനെനിക്കാവില്ല. മൈതാനത്തിലേക്ക് പറ
ന്നെത്തിയ കാക്കകൾ നിരാശരായി മൂന്നുമണിക്കൂറോളം നോക്കിയിരുന്നു;
ഒന്നും ചെയ്യാനാകാതെ. അതേത്തുടർന്ന് കങ്ചുനോ സങ്ചാനി വിലമ്പി.
ആ പ്രദേശത്തുള്ള പ്രധാനപ്പെട്ട പഴമായ ആങ്കുഷുട്ടോയുടെ ചവച്ചുതു
പ്പിയ തൊലികൾ അവിടെ കാണപ്പെട്ടു. അതിനുശേഷം മധുരം വിളുമ്പി.

"ആദ്യം ഒരു കുട്ടിയാനയെത്തി എല്ലാം ചവിട്ടിക്കുഴച്ചു. എന്നിട്ട് അവി
ടത്തെ ഏറ്റവും വലിയ മൃഗമായ 'ഗാണ്ഡിഷാഡിങ്' – അത് മനുഷ്യ
ന്റെയും കാളയുടെയും സിംഹത്തിന്റെയും സങ്കര ഇനമാണ് – എത്തി
എല്ലാം നക്കിത്തുടച്ചു. ഉലക്കപോലുള്ള താടി കൊണ്ട് ഭീമാകാരമായ
പെരുമ്പറയിൽ മുട്ടി. മൂന്നൂറോളം വരുന്ന അതിഥികൾ ഈ പെരുമ്പറ
കൾ വീണ്ടും വീണ്ടും മുഴക്കാൻ ആവശ്യപ്പെട്ടു. അവരുടെ ആവശ്യം
കേട്ടാൽ ഇതെന്തോ വിശപ്പു കൂട്ടുവാനുള്ള വിശിഷ്ട ഔഷധമാണെന്നു
തോന്നും. ഈ പെരുമ്പറമുഴക്കം ശ്രവിച്ച നഗരത്തിലെ ഭിക്ഷക്കാർ മുഴു
വനും അവിടെയെത്തി. കടിച്ചു പറിക്കുമ്പോൾ പല്ലുകൾ കൊഴിഞ്ഞു
വീഴും. അത്തരത്തിൽ കൊഴിഞ്ഞുവീണ പല്ലുകളിൽ നിന്നും അണപ്പല്ലു
കൾ ശേഖരിച്ച് അതിഥികൾ ആതിഥേയനു നല്കും. ഇത്തരത്തിൽ ശേഖ
രിച്ച അണപ്പല്ലുകൾ അദ്ദേഹം ബാങ്കിൽ നിക്ഷേപിക്കുകയും ചെയ്യും. ഒരാ
ളിന് എത്ര പല്ലുകളുടെ ശേഖരമുണ്ടോ. അന്തസ്സ് ആ അളവിൽ വർദ്ധിക്കും.
ആയിരം പല്ലുകളുടെ ശേഖരമുള്ള ഒരാൾ ഒരിക്കലും തന്റെ മകളെ വെറും
അമ്പതു പല്ലുകളുടെ ശേഖരം മാത്രമുള്ള ഒരുവന് വിവാഹം കഴിച്ചു
കൊടുക്കില്ല. വെറും പതിനഞ്ചു പല്ലുകളുടെ ശേഖരം മാത്രമുള്ള ഒരു
സാധാരണക്കാരൻ മരിച്ചാൽ ആ മൃതദേഹം ദഹിപ്പിക്കുമെന്നോ ആയിരം
പല്ലുകളുടെ ഉടമയായ ഒരുവനെത്തി മൃതദേഹത്തെ വന്ദിക്കുമെന്നോ
പ്രതീക്ഷിക്കേണ്ടതില്ല. ആ മൃതദേഹത്തെ ചൗചിനിഗിപ്പുഴയിലേക്കു വലി
ച്ചെറിയുകയേയുള്ളൂ. ഇപ്പോൾ പുഴക്കരയിൽ വസിക്കുന്നവർ നഷ്ടപരി
ഹാരം ആവശ്യപ്പെട്ട് പ്രവി കൗൺസിലിന് പരാതി നല്കിയിട്ടുണ്ട്."

ഇസ്സമയമത്രയും ഞാൻ ശ്വാസം കിട്ടാതെ കഷ്ടപ്പെടുകയായിരുന്നു.

"നിർത്ത് നിർത്ത്..." ഞാൻ പറഞ്ഞു.

"ഇപ്പഴീപ്പറഞ്ഞ കഥയിൽ എന്തു സവിശേഷതയാണുള്ളതെന്ന്
ആദ്യം പറയൂ."

"ഇതിന്റെ പ്രത്യേകത ഇത് വെറും ചമ്മന്തിയരച്ച കഥ അല്ലെന്നതു
തന്നെ. അസാധാരണമായതിനെ പെരുപ്പിച്ചു പറഞ്ഞാൽ ആരും പരാതി
പറയുകയില്ല. എന്റെ കഥ നർമ്മത്തിന്റെ മകുടോദാഹരണമാണെ
ന്നൊന്നും ഞാൻ അവകാശപ്പെടുന്നേയില്ല. അവിശ്വസനീയമായതിനെ
വിശ്വസനീയമായി അവതരിപ്പിച്ചാൽ മാത്രമേ അതിനു സൗന്ദര്യമുണ്ടാവൂ.
ഇത്തരം അസംബന്ധങ്ങൾ എഴുതിക്കുട്ടിയാൽ ഉള്ള വിലകൂടി നഷ്ട
മാകും. മാത്രമല്ല കരയുന്ന കുട്ടികളെ സമാധാനപ്പെടുത്താൻ ഇതു ചില
പ്പോൾ ഉതകിയേക്കാം."

"അപ്പോൾ ശരി. ഇനി ഞാൻ പുപ്പു വല്യേച്ചിക്ക് കഥകൾ പറഞ്ഞു കൊടുക്കുമ്പോൾ അവൾക്കതിലുണ്ടാകുന്ന വിശ്വാസത്തെ ചോർത്തിക്ക ളയാൻ ഒരു മന്ത്രവാദിയെ ഏർപ്പാടാക്കാം."

"നല്ലത്. അതിരിക്കട്ടെ. വൈസ്രോയീടെ വീട്ടിൽ പോകുന്നെന്നോ മറ്റോ പറഞ്ഞിരുന്നല്ലോ. എന്തിനായിരുന്നു അത്."

"നിന്നെ ഇവിടന്നു തുരത്തണമെന്നാണ് എന്റെ ആഗ്രഹം. ഒരിക്കൽ ഇരിക്കാനനുവദിച്ചാൽ പിന്നെ നീ എഴുന്നേറ്റു പോകുന്ന പ്രശ്നമേ ഉദി ക്കുന്നില്ല."

"എഴുന്നേറ്റ് ഓടിക്കോ എന്നു പറയുന്നത് മാന്യമായി പറയുന്ന ഒരു രീതിയാണ്. ശരി അപ്പോൾ ഞാനെഴുന്നേറ്റു പോയേക്കാം."

ആറ്

സർക്കസ് കണ്ടുവന്നതിൽപ്പിന്നെ അവളുടെ തലയ്ക്കുള്ളിൽ നിന്നും ഒരിക്കലും കടുവകൾ ഇറങ്ങിപ്പോയില്ല. അവൾ നിത്യേന കടുവ കളെ സന്ധിക്കുന്ന കാര്യം അവളുടെ അമ്മായിമാർ അറിയാറില്ല. അവർ പുറത്തേക്കു പോകുമ്പോഴാണ് കടുവകളുടെ വരവ്. കഴിഞ്ഞദിവസം അവൾ എന്നോടു ചോദിച്ചു എനിക്ക് നല്ല ബാർബർമാരെയാരെയെങ്കിലും അറിയാമോയെന്ന്.

"എന്തിന്?" ഞാൻ ചോദിച്ചു.

ഒരു കടുവ ഭയങ്കര ശല്യക്കാരനായിരിക്കുകയാണ്.

അവന്റെ മീശയാണതിനു കാരണം. അതു വളർന്നു കാടായിരി ക്കുന്നു. അവനത് ഷേവു ചെയ്തു കളയണം. ഇതായിരുന്നു പുപ്പുവിന്റെ ആവശ്യം.

"ഈ ആശയം എങ്ങനെ നിന്റെ തലയിൽ കയറി."

"എല്ലാ ദിവസവും പിതാശ്രീ രാവിലെ ചായ കുടിച്ചശേഷം കപ്പ് അവിടെ വയ്ക്കും. ചായയുടെ മട്ടി കപ്പിൽ അവശേഷിച്ചിരിക്കും. അപ്പോ ഴായിരിക്കും കടുവയുടെ വരവ്. ഞാനത് അവനു കൊടുക്കും. കഴിഞ്ഞ ദിവസം അവൻ ചായ കുടിക്കാനെത്തിയപ്പോൾ നമ്മുടെ പഞ്ചു ബാബു വിനെ കണ്ടു. ഒന്നു ഷേവു ചെയ്തു കഴിഞ്ഞാൽ അവൻ പഞ്ചു ബാബു വിനെപ്പോലെയാകുമെന്ന് അവന് ഉറപ്പുണ്ട്."

"അവന്റെ ആഗ്രഹത്തിൽ തെറ്റു കാണാനാവില്ല. എന്നാൽ ഒരു കുഴ പ്പമുണ്ട്. ഷേവു ചെയ്യാനിരിക്കുമ്പോൾ അവൻ ബാർബറെ ശാപ്പിട്ടാലോ?"

"മുത്തശ്ശാ കടുവകൾ ബാർബർമാരെ തിന്നാറില്ലെന്നറിഞ്ഞു കൂടേ?"

"എന്തുകൊണ്ട്?"

"ബാർബർമാരെ തിന്നുന്നതു പാപമാണ്."

"ഗംഭീരം. അപ്പൊപ്പിന്നെ പേടിവേണ്ട. നമുക്കവനെ ചൗരംഗിയിയിലെ ഇംഗ്ലീഷ് ബാർബറുടെയടുത്തു കൊണ്ടുപോകാം."

അവൾ ആഹ്ലാദം കൊണ്ടു തുള്ളിച്ചാടി.

"നല്ല തമാശയായിരിക്കും. അവനൊരിക്കലും വെള്ളക്കാരന്റെ മാംസം തൊടാനാവില്ല. അതവന് ദഹിക്കില്ല."

"തൊട്ടാൽത്തന്നെ ശുദ്ധമാക്കാൻ ഗംഗയിൽ മുങ്ങേണ്ടിവരും. അതു പോകട്ടെ കടുവകളുടെ ഭക്ഷണരീതികളെപ്പറ്റി ഇത്രയധികം മനസ്സിലാ ക്കിയതെങ്ങനെ."

അവൾ കള്ളച്ചിരി ചിരിച്ചു.

"എനിക്കെല്ലാമറിയാം."

"എനിക്കൊന്നുമറിഞ്ഞുകൂട."

"അറിയാവുന്നതെല്ലാം പറയൂ."

അതൊരു വെല്ലുവിളിയായിരുന്നു.

"കായിബ്രത സമുദായത്തിൽപ്പെട്ട കൃഷിക്കാരുടെ മാംസം അവ തൊടാറില്ല. പ്രത്യേകിച്ചും ഗംഗയ്ക്ക് പടിഞ്ഞാറുള്ളവരുടെ. അവരുടെ മതഗ്രന്ഥങ്ങൾ അതു തടഞ്ഞിട്ടുണ്ട്."

"കിഴക്കൻ കരയിലുള്ളവരുടേതോ?"

"അവർ കായിബ്രത മത്സ്യത്തൊഴിലാളികളാണെങ്കിൽ അവരുടെ മാംസം പെരുത്ത് ഇഷ്ടമായിരിക്കും. ഇടം കൈകൊണ്ട് മാംസം വലിച്ചു കീറിത്തിന്നാനാണവയ്ക്കിഷ്ടം..."

"എന്തുകൊണ്ട് ഇടംകൈ?"

"അതാണ് ശരിയായ ആചാരം. വലതുകൈ അശുദ്ധമാണെന്നാണ് പൂജാരിമാർ പറയുന്നത്. ബാബർമാരുടെ ഭാര്യമാരും അതു വെറുക്കുന്നു. നിനക്കറിയാമോ ബാർബർമാരുടെ ഭാര്യമാർ സ്ത്രീകളുടെ പാദങ്ങളിൽ മൈലാഞ്ചി പുരട്ടും."

"അതിലെന്തു തെറ്റ്?"

"പൂജാരിമാർ പറയുന്നത് മൈലാഞ്ചി രക്തത്തിന്റെ അനുകരണമാ ണെന്നാണ്. അത് മാംസത്തിൽനിന്നും ഊറിവരുന്നതല്ല. അതുകൊണ്ട് സ്വീകാര്യമല്ല. അത്തരം കള്ളത്തരങ്ങൾ അവിടെ അനുവദനീയവുമല്ല. ഒരിക്കൽ ഒരു കടുവ തലപ്പാവ് കച്ചവടക്കാരന്റെ വീട്ടിൽ കടന്നു. അവി ടെയൊരു മൂലയിൽ പാത്രം നിറയെ ഇളം ചുവപ്പുനിറത്തിലുള്ള ചായം കലക്കിവച്ചിട്ടുണ്ടായിരുന്നു. ചോരയാണെന്നു കരുതി കടുവ പാത്രത്തിൽ തലയിട്ടു. അത് വേഗത്തിൽ പറ്റിപ്പിടിക്കുന്ന ചായമായിരുന്നു. കടുവയുടെ മുഖവും മീശയും ചുവന്നു. കടുവപ്പുരോഹിതന്മാർ വസിക്കുന്ന ഉൾക്കാ ട്ടിലേക്ക് അവൻ നടന്നു ചെന്നു. അവനെ കണ്ടമാത്രയിൽ കടുവത്തല വൻ ചോദിച്ചു. 'എന്താണിത്. ആകെ ചുവന്നിരിക്കുന്നല്ലോ?' കടുവ ഒന്നു ചമ്മി. പിന്നെ പറഞ്ഞു 'ഇപ്പൊ ഞാനൊരു കാണ്ടാമൃഗത്തെ കൊന്നുതി ന്നതേയുള്ളൂ. അതിന്റെ ചോരയാവും മുഖത്ത്.' എന്നാൽ അവന്റെ നുണ വേഗത്തിൽ പൊളിഞ്ഞു.

കടുവപ്പുരോഹിതൻ ഇടപെട്ടു.

'അതിനു നിന്റെ പാദങ്ങളിലും നക്ഷത്രങ്ങളിലും ചോരയുടെ പൊടി
പോലുമില്ലല്ലോ!'

കടുവകൾ മുഖത്തോടു മുഖം ചേർത്ത് പ്രഖ്യാപിച്ചു.

'ചോരയുടെ മണം ഒട്ടുമില്ല.'

എല്ലാവരും ചേർന്ന് കലമ്പി.

'എന്തൊരു നാണക്കേട്. ഇത് ചോരയുമല്ല, പിത്തരസവുമല്ല തല
ച്ചോറുമല്ല. ഇവൻ ഏതെങ്കിലും മനുഷ്യവാസകേന്ദ്രത്തിൽ പോയി 'സസ്യ
ച്ചോര' കുടിച്ചിട്ടുണ്ടാവും.' കടുവകളുടെ ഒരു സമിതി ഇതിനെപ്പറ്റി തർക്ക
വിതർക്കങ്ങളിൽ ഏർപ്പെട്ടു.

അവർക്കിടയിലെ വിദഗ്ധൻ അലറി.

'ഇവൻ പ്രായശ്ചിത്തം ചെയ്തേ മതിയാവൂ.'

'അതെന്തോന്ന്?'

'ഇവൻ ചാവുമ്പോൾ പൂജാരിമാരാരും അന്ത്യകർമ്മങ്ങൾ ചെയ്യരുത്.
ചിലപ്പോഴവർക്ക് കാട്ടിൽനിന്നും ചെന്നായ് പുരോഹിതനെ കൊണ്ടുവ
രേണ്ടിവരും. അത് ഒരു കടുത്ത അപമാനമായിരിക്കും. ഏഴു തലമുറകൾ
കഴിഞ്ഞാലും അപമാനം വിട്ടൊഴിയില്ല.'

'എന്തിനാണ് ശവസംസ്കാരം?'

'അല്ലെങ്കിൽ അവന്റെ ആത്മാവിന് ഗതികിട്ടാതെ കറങ്ങി നടക്കും.'

'അവൻ ഇപ്പത്തന്നെ മരിച്ചില്ലേ? ഇനിയുമുണ്ടോ മരണം?'

'അത് കൂടുതൽ ഭയാനകരമാണ്. പട്ടിണി മരണം അനുവദനീയമാണ്.
എന്നാൽ മരണശേഷമുള്ള വിശപ്പ് ഭയാനകമായ ദുരന്തമാവും.'

പുപ്പു വല്യേച്ചി കടുത്ത ചിന്തയിൽ മുഴുകി.

കുറെ നിമിഷങ്ങൾ പിന്നിട്ടു.

എന്തോ കണ്ടെത്തിയിട്ടെന്നപോലെ അവൾ ചോദിച്ചു.

"അങ്ങനെയാണെങ്കിൽ ഈ ഇംഗ്ലീഷുകാരുടെ പ്രേതം എന്തായി
രിക്കും ഭക്ഷിക്കുക?"

"ജീവിച്ചിരിക്കുമ്പോൾ ഒരുവൻ എന്താണോ ഭക്ഷിക്കുന്നത് അത്
ഏഴു ജന്മങ്ങൾ വരെ നീളും. എന്നാൽ നമ്മുടെ ആത്മാവ് വൈതരണി
നദി പിന്നിട്ട് പാതാളത്തിലേക്ക് കടക്കാൻ തുടങ്ങും മുമ്പേതന്നെ നമ്മുടെ
വയറിരമ്പാൻ തുടങ്ങും."

ഇക്കാര്യത്തിൽ സംശയനിവൃത്തി വരുത്തിയതിനാൽ പുപ്പു അടുത്ത
സംശയത്തിലേക്കു കടന്നു.

"എന്തു പ്രായശ്ചിത്തമാണ് നമ്മൾ ചെയ്യേണ്ടത്?"

"കടുവകളുടെ ആചാരങ്ങളിലും അലർച്ചകളിലും പ്രാവീണ്യമുള്ള
ഒരു കടുവ ചില നിർദ്ദേശങ്ങൾ നല്കും. കടുവാദേവിയുടെ വിഗ്രഹം
സ്ഥിതിചെയ്യുന്ന ചതുരത്തിന്റെ കിഴക്കു പടിഞ്ഞാറ് ഭാഗത്തായിട്ടായി
രിക്കും അവന്റെ ഇരിപ്പ്.

കറുത്ത പക്ഷത്തിന്റെ തുടക്കം മുതൽ അമാവാസി വരെയുള്ള രണ്ടാ ഴ്ചക്കാലം കുറുനരിയുടെ ചുമലിലിരുന്നേ ഭക്ഷിക്കാവൂ. മേധം നടത്തു ന്നത് അച്ഛന്റെ സഹോദരീ പുത്രി തന്നെയാവണം. അതിനായില്ലെങ്കിൽ അയാളുടെ ഭാര്യയുടെ അമ്മയുടെ സഹോദരിമാരിലൊരുവളുടെ രണ്ടാ മഞ്ഞ പുത്രനായിരിക്കണം. ഇതിനെല്ലാം പുറമേ മാംസം മാന്തിയെടു ക്കാൻ കടുവ അതിന്റെ വലതു കൈപ്പത്തിയേ ഉപയോഗിക്കാവൂ. ഇതെല്ലാം കേട്ടുകഴിഞ്ഞപ്പോൾ കടുവയുടെ ഉള്ളുനീറി. നാലു കാലും കൂട്ടിയുരസി അവൻ ദയനീയമായി ഞരങ്ങി.”

“ഇത്ര ഭയാനകമാകാൻ കാരണം?”

“അമ്പോ കുറുക്കന്റെ ഇറച്ചി! അതെന്തൊരിറച്ചിയാണ്!” കടുവ ഇനി യൊരിക്കലും തന്റെ തെറ്റ് ആവർത്തിക്കുകയില്ലെന്ന് തൊഴുതു പറഞ്ഞു.

അവൻ തേങ്ങിക്കൊണ്ടു പറഞ്ഞു. “പറ്റുമെങ്കിൽ എനിക്കൊരു കീരി വാൽ തരൂ. എന്നാലും എനിക്കു കുറുക്കന്റെ ഇറച്ചി വേണ്ട.”

“അവസാനം അവനതു തിന്നേണ്ടിവന്നോ?”

“പിന്നെയല്ലേ.”

“മുത്തശ്ശാ മതത്തിന്റെ കാര്യത്തിൽ കടുവകൾ കടുത്ത യഥാസ്ഥി തികരാണോ?”

“പിന്നല്ലേ! മതപരമായ കാര്യങ്ങളിൽ കടുത്ത യാഥാസ്ഥിതികരല്ലെ ങ്കിൽ ഇത്രയേറെ ആചാരങ്ങൾ അനുഷ്ഠിക്കുമോ? അതാണല്ലോ കുറു ക്കന്മാർക്ക് കടുവകളോട് ഇത്ര ആദരവ്. കടുവ പ്രസാദം മുഴുവൻ കഴി ച്ചില്ലെങ്കിൽ അതിന്റെ നാണക്കേട് കുടുംബത്തിനാണ്. മാഘമാസത്തിലെ പതിമൂന്നാം നാൾ ഒരു ചൊവ്വാഴ്ചയാണ് വരുന്നതെങ്കിൽ കുറുക്കന്മാർ തീർത്ഥാടനത്തിനു പുറപ്പെട്ട് രാത്രിയുടെ മദ്ധ്യയാമങ്ങളിൽ മുതിർന്ന കടു വയുടെ പാദങ്ങൾ നക്കിത്തുടയ്ക്കും. ഇതുമൂലം മതപരമായ ഔന്നത്യം പ്രാപ്തമാകുമെന്നാണവരുടെ വിശ്വാസം. ഇത്തരം പരിശ്രമങ്ങൾക്കിട യിൽപ്പെട്ട് എണ്ണിയാലൊടുങ്ങാത്ത കുറുക്കന്മാർ ജീവത്യാഗം വരിച്ചി ട്ടുണ്ട്.”

പുപ്പു വല്യേച്ചിക്ക് അതത്ര ദഹിച്ചതായി തോന്നിയില്ല.

“കടുവകൾ അത്ര കടുത്ത മതവിശ്വാസികളാണെങ്കിൽ എന്തിനാ ണവറ്റകൾ ഇറച്ചിക്കായി മറ്റു മൃഗങ്ങളെ കൊല്ലുന്നതും പച്ചയ്ക്ക് തിന്നു ന്നതും.”

“അതു വെറും ഇറച്ചിയല്ല. മന്ത്രങ്ങളാൽ പവിത്രമാക്കപ്പെട്ട ഭക്ഷണ മാണ്.”

“ഏതുതരം മന്ത്രങ്ങൾ?”

“ഓരോന്നിനെയും കൊല്ലുന്നതിനുമുമ്പ് കടുവ ഒന്നു മുരളും. അവ രുടെ ഓരോ മുരളലും പുണ്യമന്ത്രങ്ങളാണ്. അതിനെ കൊല്ലൽ എന്നു പറയാൻ കഴിയില്ല.”

“അവറ്റകൾ മന്ത്രം ചൊല്ലാൻ മറന്നുപോയാലോ?”

“കടുവകൾക്കിടയിൽ അങ്ങേയറ്റം ബഹുമാന്യരായ കടുവപ്രമുഖർ

പറയുന്നത് കൊലയ്ക്കുമുമ്പ് മന്ത്രം ചൊല്ലാൻ മറന്നുപോകുന്ന കടുവകൾ അടുത്ത ജന്മത്തിൽ കൊല്ലപ്പെട്ട മൃഗമായി പുനർജ്ജനിക്കുമെന്നാണ്. മനു ഷ്യരായി പുനർജ്ജനിക്കുന്ന കാര്യമോർത്താൽ കടുവകൾ ഭയംകൊണ്ട് സ്തംഭിച്ചുപോകും."

"കാരണം?"

"അവരുടെ അഭിപ്രായത്തിൽ മനുഷ്യശരീരം നഗ്നവും ബീഭത്സവു മാണ്. ഒരു വാലു പോലുമില്ല അവർക്ക് എടുത്തുപറയാനായി. അവരുടെ പിൻവശത്ത് ഒരു പ്രാണി വന്നിരുന്നാൽ അതിനെ ആട്ടിയകറ്റാൻ അവർക്ക് ഭാര്യയുടെ സഹായം വേണം. ഇരുകാലിൽ നടക്കുന്ന അവരെക്കണ്ടാൽ കോമാളികളായി തോന്നും. ആ കാഴ്ച കണ്ടാൽ ചിരിച്ചു ചിരിച്ചു ചത്തു പോകും. ചരിത്രത്തിൽ അഗാധ പാണ്ഡിത്യമുള്ള വിദഗ്ധ കടുവകൾ പറയുന്നത് വിശ്വകർമ്മാവ് സൃഷ്ടികർമ്മം നിർവ്വഹിച്ച് അസംസ്കൃത വസ്തുക്കൾ ഏറെ തീർന്ന ഘട്ടത്തിലാണ് മനുഷ്യനെ സൃഷ്ടിക്കുന്ന കാര്യം ആലോചിച്ചത്. അദ്ദേഹത്തിന് കൈപ്പത്തികൾ പോയിട്ട് കുളമ്പു പോലും നിർമ്മിച്ചു നല്കാനായില്ല. കാലിന്റെ നഗ്നത മറയ്ക്കാനാണവർ ഷൂസ് ധരിക്കുന്നത്. ശരീരത്തിന്റെ നഗ്നത മറയ്ക്കാനാണ് വസ്ത്രം ധരി ക്കുന്നത്. മനുഷ്യനോളം നാണംകെട്ടു ജീവിക്കുന്ന മറ്റൊരു ജീവിയും ഈ ഭൂമുഖത്തില്ല."

"കടുവകൾ വലിയ അഹങ്കാരികൾ തന്നെ."

"തീർച്ചയായും. അതുകൊണ്ടാണല്ലോ സ്വന്തം കുലമഹിമ സംരക്ഷി ക്കാൻ അവരിത്ര പാടുപെടുന്നത്. ഒരിക്കൽ തന്നെ ഭക്ഷിക്കാനെത്തിയ കടുവയോടു ഒരു പെൺകുട്ടി പറഞ്ഞത്രെ തന്നെ ഭക്ഷിച്ചാൽ കടുവയുടെ ജാതി നഷ്ടമാകുമെന്ന്. നമ്മുടെ 'അയാൾ' ഇതിനെപ്പറ്റി ഒരു കവിത തന്നെ എഴുതിയിട്ടുണ്ട്."

"അയാൾക്ക് മുത്തശ്ശനെപ്പോലെ കവിത എഴുതാനാവില്ലെന്ന് എനിക്ക് ഉറപ്പുണ്ട്."

"പറ്റുമെന്നാണയാൾ പറയുന്നത്. അതിന് പൊലീസിനെ വിളിക്കേ ണ്ടത്ര കാര്യമൊന്നുമില്ല."

"കേട്ടു നോക്കിയിട്ടു പറയാം."

"ശരി."

"കറുത്ത വരയുള്ളൊരു പൊണ്ണക്കടുവ
ബംഗ്ലാവിനുള്ളിൽ കയറിപ്പറ്റി.
കണ്ണാടിയിലവനുടെ രൂപം കണ്ടൊരു
പാവത്താനവൻ ജോലിക്കാരൻ
ജീവനും കൊണ്ടവനോടിപ്പോയി.
തന്നുടെ നിഴൽ കണ്ടൊരു കടുവച്ചാരോ
സ്തംഭിച്ചങ്ങനെ നിന്നും പോയി.
ഉയർന്നുനില്ക്കും രോമം കണ്ടവ
നിങ്ങനെ യുറക്കെ വിളിച്ചുകൂവീപോൽ.

അയാൾ
രബീന്ദ്രനാഥ ടാഗോർ

ഉണ്ടല്ലെന്നുടെ ദേഹത്താകെ
കറുകറെയുള്ള കറുത്തവരകൾ.
നെല്ലും കുത്തി നിന്നൊരു പുട്ടു
കടുവയെക്കണ്ടു പേടിച്ചരണ്ടു.
മീശ വിറപ്പിച്ചങ്ങനെ നിന്നൊരു കടുവച്ചാരോ
ചോദിച്ചാനൊരു ഗ്ലിസറിൻ സോപ്പ്.
എന്താവാമതെന്നു സന്ദേഹിച്ചുപുട്ടു
കേട്ടിട്ടില്ലിതവരെയിങ്ങനെയൊന്നിനെ.
ഹീനനായൊരു ജാതിയിൽ ജനിച്ചവൻ
വലിയ കാര്യങ്ങളെനിക്കറിയവതില്ലേ!

നുണകൾ പറയരുതെന്നലറീ കടുവ
അന്ധനെന്നെണ്ണിയോയെന്നെ?
അലിയിച്ചു തീർക്കും ഗ്ലിസറിൻ സോപ്പ്?
ഇല്ലേലെന്നുടെ വരകൾ എങ്ങനെ മായ്ക്കും ഞാൻ?

പുട്ടുവേറെ വ്യസനിച്ചോതി
ഞാനാണെങ്കിലൊരു കറുമ്പത്തി
ഗ്ലിസറിൻ സോപ്പാൽ തേവാരത്തിന്
തമ്പുരാട്ടിയല്ല, ഞാനൊരു വേലക്കാരി.

സോപ്പു തരില്ലെന്നുര ചെയ്യാൻ, നാണമില്ലേ നിനക്കൊട്ടും.
സോപ്പു തന്നില്ലാകിൽ നിന്നെ കറുമുറെ തിന്നും കട്ടായം.

നാണമില്ലാത്തൊരു വയസ്സൻ കടുവേ
എന്നെ നീ തിന്നെന്നാകിൽ
തുലഞ്ഞുപോകും നിന്നുടെ ജീവിതം.
ഞാനൊരു പാവം ചണ്ഡാളത്തി
ഗാന്ധിക്കേറെ പ്രിയമായവർ ഞങ്ങൾ
ശാന്തനാകൂ ഞാൻ പ്രാർത്ഥിച്ചീടാം.

ഭയന്നു വിറച്ചാൻ കടുവച്ചാര്
അപമാനത്തിനു വഴിവയ്ക്കാതെ
അകന്നു പോകെന്നെന്നുര ചെയ്താൻ.
ഭയന്നു വിറച്ചു നിന്നു കടുവ
പണിപ്പെട്ടിങ്ങനെ കേണു പറഞ്ഞാൻ.
അറിയാതെ നിന്നെ തൊട്ടെന്നാകിൽ
അപമാനത്തിനു കണക്കുണ്ടാകാ....
വരനെക്കിട്ടാ തുഴലും മക്കൾ.

കടുവ ദൈവമെന്നെ ശപിച്ചീടും
വേണ്ടെനിക്കൊരു ഗ്ലിസറിൻ സോപ്പും
വിലപിക്കാനെന്നയയച്ചാലും!

"പുപ്പു ദീദീ, കടുവകൾക്കിടയിൽ പുരോഗമനത്തിനായി ഏറെ ചെയ്യാൻ ബാക്കിയുണ്ട്. ചത്ത മൃഗത്തിന്റെ പുണ്യാത്മാവിനോടുള്ള അവ മതിയാണ് ചിലതരം ഇറച്ചികൾ വർജ്ജിക്കുന്നതെന്ന് ചിലർ പ്രസംഗിച്ച് നടക്കാറുണ്ടല്ലോ. അവരിങ്ങനെ പ്രഖ്യാപിക്കുന്നതു കേട്ടിട്ടില്ലേ. ഇന്നു മുതൽ നാം കൊല്ലുന്നതിനെയെല്ലാം നാം തിന്നണം. ഇടംകൈയാലും വലംകൈയാലും തിന്നണം. മുൻകാലാലും പിൻകാലാലും തിന്നണം. മന്ത്രമോതി ശുദ്ധീകരിച്ചോ ഇല്ലയോയെന്നൊന്നും നോക്കേണ്ട കാര്യമില്ല. പിടികൂടപ്പെട്ട ഇരകളെ വ്യാഴാഴ്ചകളിൽ മാന്തുക മാത്രമേ ചെയ്യൂവെന്നും ശനിയാഴ്ചകളിൽ മാത്രമേ കടിക്കുവെന്നും, പ്രഖ്യാപിക്കുന്നിടം വരെ യെത്തി കാര്യങ്ങൾ. എന്തൊരു നവോത്ഥാനവും വിമോചനവും! ഈ കടുവകൾ കടുത്ത താർക്കികന്മാരാണ്. ജീവന്റെ എല്ലാ രൂപങ്ങളെപ്പറ്റിയും കടുത്ത ആദരവാണവർക്കുള്ളത്. ഗംഗാ തടങ്ങളിലെ താണജാതിക്കാ രായ കൃഷിക്കാരെവരെ തിന്നാനുള്ള മഹാമനസ്കത അവർക്കുണ്ട്. ഇതെല്ലാം കൊണ്ട് അവർ വലിയ തമാശക്കാരായി മാറ്റിയിട്ടുണ്ട്."

പുപ്പു ഇടപെട്ടു.

"മുത്തശ്ശാ... അങ്ങെപ്പോഴെങ്കിലും കടുവകളെപ്പറ്റിയുള്ള കവിതകൾ എഴുതിയിട്ടുണ്ടോ?"

പരാജയം സമ്മതിക്കാൻ മടിച്ച് ഞാൻ പറഞ്ഞു.

"ഉണ്ട്."

"എനിക്കതു കേൾക്കാമോ?"

വളരെ പണിപ്പെട്ട് ഞാൻ കവിതാലാപനം തുടങ്ങി.

സൃഷ്ടികർത്താവായ ദൈവമേ
കൈയൂക്കിനെ നീ കുറച്ചുകാണരുതേ.
കൈയൂക്കുള്ളവനാണ് കാര്യക്കാരൻ.
അവനാണു ഏറ്റവും ശക്തൻ.
ഭീകരനായ നരഭോജി.
വരച്ചെടുത്തതുപോലുള്ള
കൂർത്ത നഖങ്ങളും ഭീതിദമായ മുഖവും
ശിവകോപത്താൽ വെട്ടുന്ന ഇടിത്തീ പോലെയാണവൻ.
രോഷം അവനൊരലങ്കാരമാണ്.
അവന്റെ സൃഷ്ടിതന്നെ ഒടുങ്ങാത്ത കൊടുങ്കാറ്റുപോലെയും
മുഖം ആർത്തിരമ്പുന്ന തിരമാല പോലെയും.
എല്ലാ കാരുണ്യങ്ങളെയും നിലംപരിശാക്കുന്ന
പോരാട്ടവീര്യമാണവൻ.

വിശപ്പു കത്തുന്ന നാവുകൾ ചാട്ടുളിപോലെ
പാറയിലും മണലിലും വീശിയടിക്കുന്ന
ആകാശ ഹൃദയംപോലെ
ഒന്നും ശേഷിപ്പിക്കാത്ത പ്രളയം പോലെ
ക്രൂരവും നിന്ദ്യവുമായ കലാപം
അവന്റെ ചേരിയിലുണ്ട്.
ഇവരെല്ലാം കലാപകാരികളാണ്.
തകർക്കപ്പെടാത്തതും അനശ്വരരുമാണ്.
അവരിലൂടെയത്രെ ഭീകരതയുടെ ശബ്ദം കേൾക്കുന്നത്.
നിങ്ങളുടെ ജന്മം തന്നെ സവിശേഷമാണ്.
നിങ്ങളുടെ ഭീതിദമായ ശോഭ കെടുത്താൻ
ആർക്കാണു കഴിയുക?

പുപ്പു നിശ്ശബ്ദയായി.
"നെനക്ക് ഇഷ്ടമാകാത്തതുപോലെ..."
"പിന്നെ, ഇഷ്ടമാകാതെ. പക്ഷേ, അതിൽ കടുവയെ മാത്രം കാണാ
നില്ല."
"എവിടെ കാണാൻ. അവൻ കാടിനുള്ളിൽ മറഞ്ഞിരിക്കുകയയല്ലേ?
കണ്ടില്ലെന്നു വച്ച് അവനവിടെ ഇല്ലെന്നർത്ഥമില്ല പതുങ്ങിയിരിക്കുന്ന കടു
വയാണ് കൂടുതൽ അപകടകാരി."
"മുത്തശ്ശൻ കുറച്ചുമുമ്പ് ഗ്ലിസറിൻ സോപ്പന്വേഷിച്ചിറങ്ങിയ കടുവ
യുടെ കഥ പറഞ്ഞല്ലോ. 'അയാൾ' എങ്ങനെ അതറിഞ്ഞു?"
"അയാൾ എന്റെ കഥകൾ മോഷ്ടിച്ച് സ്വന്തം കഥകളാക്കും."
"എന്നാലും...."
"ശരി. ഞാനങ്ങനെയല്ല എഴുതാറ്. ചിലപ്പോൾ അങ്ങനെ എഴുതാൻ
കഴിയാത്തതുമാകാം. ഇതാദ്യമല്ല അവനെന്റെ കഥകൾ മോഷ്ടിക്കുന്നത്.
മോഷ്ടിച്ചെടുത്തശേഷം ചെറിയ മാറ്റം വരുത്തും. മാറ്റം വരുത്തിക്കഴി
ഞ്ഞാൽ പിന്നെ അതു തിരിച്ചറിയാനാവുല. അയാളുടെ മറ്റൊരു കവിത
നോക്ക്. ആദ്യത്തേതു പോലെതന്നെ..."
"എനിക്കതു കേൾക്കണം."
"ശരി. കേട്ടോളൂ."

"ഒരിടത്തൊരു തടിയൻ കടുവ ജീവിച്ചിരുന്നു.
കാട്ടിലായിരുന്നു അവന്റെ താമസം.
ദിവസം തോറും
ആഹാരം തേടി
അവൻ അലയും.
തക്കം കിട്ടിയാൽ
ഇരയെ പിടികൂടും.

ഉള്ളതു പറഞ്ഞാൽ
മീശപോലും കരിഞ്ഞുപോകുന്ന
കൊടും ചുടിൽ
എല്ലും തോലുമായ എന്തിനെയെങ്കിലും
അവന് തിന്നാൻ കിട്ടിയാലായി.

ഒരു ദിവസം
മുരണ്ടു മുരണ്ട് അവൻ
ബാതുറാമിന്റെ കുരയ്ക്കരികിലെത്തി.
ചോരക്കുഞ്ഞിനെപ്പോലെ
മൊട്ടത്തലയനായിരുന്ന അയാൾ.
കടുവ ബാതുറാമിനോടു പറഞ്ഞു:
പോ
പോയി നിന്റെ ഭാര്യയെ ഉണർത്ത്.
വേഗം പത്ത് ആട്ടിൻകുട്ടികളെ കൊണ്ടുവാ
അല്ലെങ്കിൽ നിന്നെ ഞാനിരയാക്കും.
വിഡ്ഢിക്കിഴവാ
വേഗം അത്താഴമേശയൊരുക്കു.

എന്തന്യായമാണിത്?
ബാതുറാം ചോദിച്ചു.
മാന്യമായി പെരുമാറാൻ നിനക്കറിയില്ലേ?
നിന്റെ വംശത്തിനേ മര്യാദയെന്തെന്നറിയില്ല.
ഇപ്പോൾ രാവേറെയായി.
വയറുവെശന്നാലുടനേ
യുദ്ധം ചെയ്യാനിറങ്ങുകയാണോ?
പാവപ്പെട്ട എന്റെ അടുപ്പിലാണോ
നിന്റെ വിഡ്ഢിക്കണ്ണ്?
അതിനുമുമ്പ് നീ കെട്ടിയ കടുവപ്പെണ്ണിനെ ഓർക്കൂ.
അവളവിടെ വെശന്ന് പൊരിയുന്നുണ്ടാവും
എന്നാൽ നീ വിളമ്പിക്കൊടുത്താലേ.
അവൾ കഴിക്കൂ.

നിന്റെ വീട്ടിൽ
നീ വേട്ടയാടിപ്പിടിച്ച ഉടുമ്പുണ്ട്
ചത്തുണങ്ങിയ ചൊറിത്തവളയുണ്ട്
തൊട്ടുനുണയാൻ മുയലുണ്ട്

അയാൾ
രബീന്ദ്രനാഥ ടാഗോർ

ഇതെല്ലാം നാട്ടുപാതയ്ക്കുതാഴെ
നിന്നെ കാത്തിരിപ്പാണ്.

അങ്ങനെ ചെയ്തില്ലെങ്കിൽ നിന്റെ തുള്ളിച്ചാട്ടത്തിന്
നല്ല ചുട്ട അടി നിന്നെ കാത്തിരിപ്പുണ്ട്.

'ദൈവമേ
നിന്റെ പുലമ്പൽ കേട്ട്
എനിക്കു വട്ടുപിടിക്കുന്നു.
തലച്ചോറ് കുഴഞ്ഞുമറിയുന്നു
ഒന്നോർത്തോ
നീയെന്റെ അന്നമാണ്
തടയുന്നത്'
'വഴീന്ന് മാറീല്ലെങ്കിൽ
നിന്റെ മൊട്ടത്തല
ഞാൻ തല്ലിപ്പൊട്ടിക്കും.
ജീവൻ വേണമെങ്കിൽ
ആട്ടിൻകുട്ടികളെ കാട്ടിത്താ.'

വിശപ്പിനാൽ ആക്രാന്തം കാട്ടുന്ന
കടുവയുടെ കാലിൽ വീണ്
ബാതുറാം പറഞ്ഞു.
'അകത്തേക്കു കയറ്റുന്നത് പാപമാണ്.
മാത്രമല്ല
ഇറച്ചി മോഷ്ടിക്കുന്നത് അതിലും മോശമാണ്.'

'അപ്പൊ, ഞാൻ വിശന്ന് ചത്താലോ?'
കടുവ ചോദിച്ചു.
'അപ്പോൾ ദൈവം കോപിക്കില്ലേ?
അന്ത്യ ചുംബനം പോലും നല്കാനാകാതെ
എന്റെ ഭാര്യ ചിതയിൽച്ചാടി മരിക്കില്ലേ?'

'എനിക്കുള്ള ഇറച്ചി തടയാതെ മാറിപ്പോ
അല്ലെങ്കിൽ ഇപ്പോൾ നിന്നെത്തന്നെ തിന്നും.'
ആക്രമിക്കാനായി കടുവ കാലുയർത്തി.
ബാതു തൊഴുതു പറഞ്ഞു.
'മൂപ്പരേ ധൃതികൂട്ടാതെ
ഞാനെന്റെ ആടുകളെ നോക്കട്ടെ!'

കടുവയെ ബാതുറാം
ഒരു കൂരയ്ക്കു കീഴിലേക്കു നടത്തി.
ബാതു പറഞ്ഞു:
'നിന്റെ തെരച്ചിൽ തീരട്ടെ.'

അയാൾ കവാടം അടച്ചിട്ടു.

'ആടുകളെയൊന്നും കാണുന്നില്ല.
ബാതു പറ്റിച്ചതായിരിക്കുമോ?'
കടുവ സന്ദേഹപ്പെട്ടു.
ആടുപോയിട്ട് പൂട പോലും
അവിടെങ്ങുമില്ല.
ഉറപ്പു തന്നതൊന്നുമില്ലന്നെതു പോകട്ടെ
ആടുകളുടെ കരച്ചിൽപോലും കേൾക്കാനില്ല.

കടും കോപത്തോടെ
ബാതു അല്പമൊന്നു കുനിഞ്ഞു.
'തന്റെ സഹജീവികളിലൊന്നിനെ കൊന്നാൽ
ആ കൊലയാളിയെ ഞാൻ
തറയിൽ തളച്ചിട്ട്
അവന്റെ ചോര കുടിച്ചുവറ്റിക്കും.

വൃത്തികെട്ട ഈ പുരയിൽ
ഞാൻ കൽക്കരി കൂട്ടിയിടുന്നു.
ഒരിക്കൽ ഒരു പാൽകാരനിവിടെ പാർത്തിരുന്നു.
ഇപ്പോഴിവിടെ പ്രേതങ്ങളാണ് താമസം.'

ഭയന്നുവിറച്ച് കടുവ ചോദിച്ചു.
'അപ്പോൾ ആടുകളോ?'

ചിരിച്ചുകൊണ്ട്
ബാതു പറഞ്ഞു.
'അതെല്ലാം എന്റെയുള്ളിലാണ്
വേണമെങ്കിൽ പോയി തെരക്ക്, നാടു മുഴുവൻ.
ഒറ്റയെണ്ണത്തിനെ നെനക്ക് കാണാനാകൂല്ല.
അവയുടെ എല്ല് ഞാൻ അരച്ച് പൊടിയാക്കി.'

"കഥയിഷ്ടമായോ?"
ഞാൻ അവളോടു ചോദിച്ചു.

"മുത്തശ്ശാ അങ്ങെന്തു പറഞ്ഞാലും കൊള്ളാം. കടുവകളെപ്പറ്റിയുള്ള കവിതകളെഴുതാൻ 'അയാളാ'ണ് കൂടുതൽ മിടുക്കൻ."

"ചിലപ്പോൾ ശരിയായിരിക്കും. എന്നാൽ ഞങ്ങളിലാരാണ് നല്ല എഴുത്തുകാരനെന്നു വിധി പറയാൻ നിനക്ക് ഒരു പത്തുകൊല്ലം കൂടി കാത്തിരിക്കേണ്ടിവരും."

പുപ്പു വിഷയം മാറ്റി.

"എന്റെ കടുവ എന്നെപ്പിടിച്ചു തിന്നില്ലല്ലോ?"

"ഞാനടുത്തുള്ളതു കാരണം, ഇല്ല, വരില്ല. നിന്റെ കടുവ എന്തു ചെയ്യുകയാണ്?"

"രാത്രി ഞാനുറങ്ങുമ്പോൾ അവൻ വന്ന് ജനൽപ്പാളികളിൽ മാന്തും. തുറന്നാലുടൻ അവൻ കള്ളച്ചിരി ചിരിക്കും."

"അതു തീർത്തും സാധ്യമാണ്. കടുവകൾ ചിരിയുടെ കാര്യത്തിൽ കേമന്മാരാണ്. ഇംഗ്ലീഷിൽ അതിന് ഹ്യൂമറസ് എന്നാണു പറയുക. ചെറിയ കാര്യം മതി അവറ്റകൾക്ക് തൊണ്ണകാട്ടാൻ."

ഏഴ്

പുപ്പു എന്നോടു ചോദിച്ചു:

"മുത്തശ്ശാ 'അയാളെ' ശനിയാഴ്ച ഇങ്ങോട്ടു ക്ഷണിച്ചിരുന്നെന്നു പറഞ്ഞിട്ടെന്തായി?"

"അതു നന്നായി നടന്നു. ഹാജി മിയാൻ നല്ല സ്വാദുള്ള കെബാബു ണ്ടാക്കി."

"എന്നിട്ട്."

"എന്നിട്ട്, അതിൽ നാലിൽ മൂന്നു ഭാഗവും ഞാൻ തന്നെ തിന്നു. ബാക്കി നമ്മുടെയാ കുട്ടിച്ചാത്തൻ കാലുവിനു കൊടുത്തു. അതു നമ്മുടെ വാഴയ്ക്കാപ്പഴുക്കിനേക്കാൾ മെച്ചമാണെന്നവൻ പറയുകയും ചെയ്തു."

" 'അയാൾ' ഒന്നും കഴിച്ചില്ലേ?"

" 'അയാൾ'ക്കതിന് അവസരം കിട്ടിയില്ല."

" അയാൾ' വന്നതുമില്ലേ?"

"എങ്ങനെ വരും?"

"അയാളെവിടെ?"

"എങ്ങുമില്ല."

"വീട്ടിലോ?"

"ഇല്ല."

"വിദേശത്ത്..."

"ഇല്ല"

"അയാൾ ആത്മാനിലേക്ക് പോകാൻ തയ്യാറെടുക്കുന്നു എന്ന് മുത്ത ശ്ശൻ പറഞ്ഞിരുന്നല്ലോ. അവിടെ പോയോ?"

" 'അയാൾ' അവിടെ പോകേണ്ടതില്ല."

"പിന്നെ 'അയാൾ'ക്ക് എന്തുപറ്റിയെന്നു പറ."

"കാരണം, ഒന്നുകിൽ നീ പേടിക്കും അല്ലെങ്കിൽ ദുഃഖിക്കും."

"എന്തായാലും ഞാനതു കാര്യമാക്കില്ല. എന്തുപറ്റിയെന്നു പറ..."

"എന്നാൽ കേട്ടോളൂ..."

കഴിഞ്ഞ ദിവസം പഠിപ്പിക്കാനായി എനിക്ക് *ബിദഗ്ദമുഖമണ്ഡൻ* എന്ന ബൗദ്ധഗ്രന്ഥം വായിക്കേണ്ടിയിരുന്നു. അല്പം കഴിഞ്ഞപ്പോൾ കൈയിലിരിക്കുന്നത് പഞ്ചപക്രഷിയുടെ 'അമ്മായിയമ്മ'യാണെന്നു മനസ്സിലായി. അതു വായിച്ചുറങ്ങിപ്പോയിരിക്കണം. അപ്പോൾ സമയം വെളുപ്പാൻകാലം രണ്ടരമണി. ഞാനൊരു സ്വപ്നം കണ്ടു. നമ്മുടെ പരിചാരികയുടെ മുഖത്തേക്ക് എന്തോ പൊട്ടിത്തെറിച്ചു. ഏഴു ദിനരാത്രങ്ങളുടെ പ്രായശ്ചിത്ത പൂജ കഴിഞ്ഞപ്പോൾ അവൾക്ക് ലഹരിയുടെ രണ്ടു ടിൻ മൂൺലൈറ്റ് സ്നോ കിട്ടിയിരുന്നു. അവൾ അതുകൊണ്ട് മുഖം പൂശി. അതുകൊണ്ടൊന്നും കാര്യമില്ല. പോയി എരുമക്കന്നിന്റെ തോലി കൊണ്ടു വന്ന് മുഖത്തൊട്ടിക്കു. വേറൊന്നും നിന്റെ നിറത്തിന് ചേരില്ലെന്ന് ഞാൻ പറഞ്ഞു. എന്റെ വായിൽ നിന്നാ വാക്കു വീണുടൻ തന്നെ അവൾ എന്നിൽനിന്നും മൂന്നേ മുക്കാൽ രൂപ കടം വാങ്ങി എരുമക്കന്നിനെ വാങ്ങാൻ ധർമ്മത്തല മാർക്കറ്റിലേക്കോടി. അപ്പോൾ എന്റെ മുറിയിൽ നിന്നും ആരോ ശ്വാസം വലിച്ചുവിടുന്ന പോലൊരു ശബ്ദം കേട്ടു. ഷൂ ധരിച്ച കാൽ വലിച്ചിഴയ്ക്കും പോലെ. ഞാൻ വേഗം മുറിയിൽ കയറിയെന്നുറപ്പാണ്. ആരാണെന്നറിയില്ല; എങ്ങനെയിരിക്കുന്നുവെന്നും. എന്റെ ചങ്കിടിക്കാൻ തുടങ്ങി. എനിക്കു പറ്റാവുന്നത്ര ഉച്ചത്തിൽ ഞാൻ വിളിച്ചു ചോദിച്ചു. "ആരാണ്? ഞാൻ പൊലീസിനെ വിളിക്കട്ടെ?"

പരുപരുത്ത ശബ്ദത്തിൽ മറുപടിയുണ്ടായി.

"ദാദാ ഞാൻ പുപ്പു വല്യേച്ചിയുടെ 'അയാളാണ്'

അറിയില്ലേ എന്നെ. എന്നെ ഇവിടേക്ക് ക്ഷണിച്ചത് മറന്നോ?"

"വിഡ്ഢിത്തം പറയാതെ. ഈ ഭൂമുഖത്തുള്ള ഒന്നുമായി നിനക്ക് സാദൃശ്യമില്ല."

"അതു തന്നെയാണു കാര്യം. എനിക്കെന്റെ ശരീരം നഷ്ടമായി."

"നഷ്ടപ്പെട്ടെന്നോ? എങ്ങനെ?"

"എല്ലാം പറയാം. പുപ്പു വല്യേച്ചിയുടെ വീട്ടിൽ സദ്യയുണ്ണാൻ വിളിച്ച തോർത്ത് ഞാൻ നല്ല വെയിലുള്ളപ്പോൾത്തന്നെ കുളിക്കാൻ പോയി. ഉച്ച തിരിഞ്ഞ് ഒരുമണിയായി കാണുമപ്പോൾ. തെലെനിപ്പാറ കടവിലെത്തി പാറമേലിരിക്കുമ്പോൾ ഞാൻ ഒരു മിനക്കുകല്ലെടുത്ത് വേഗത്തിൽ മുഖ ത്തുരച്ചു. അതു നല്ല സുഖകരമായ അനുഭവമാണെന്ന് എനിക്ക് മുന്നേ അറിയാമായിരുന്നു. ഒരു സുഖാനുഭൂതി എന്നെ വന്നു പൊതിഞ്ഞു. ആ സുഖത്തിൽ ഞാനൊന്നുറങ്ങിപ്പോയി. ഞെട്ടിയുണർന്ന ഞാൻ വെള്ള ത്തിൽ വീണു. കഴുത്തറ്റം മുങ്ങി. അതിനുശേഷം എന്തുപറ്റിയെന്ന് എനി ക്കറിയില്ല. കരയിലാണോ വെള്ളത്തിലാണോ ഞാനെന്ന് ഉറപ്പിക്കാനാ കാത്ത അവസ്ഥയിലായി ഞാൻ. അവിടെ ഞാനില്ലായിരുന്നു എന്ന കാര്യം മാത്രം എനിക്കറിയാമായിരുന്നു."

"അവിടെ ഇല്ലെന്നോ?"

"ഞാനങ്ങയുടെ ജീവനിൽ തൊട്ട് സത്യം ചെയ്യുന്നു."

"നീ എന്റെ ജീവനെപ്പറ്റിയോർത്ത് വ്യാകുലപ്പെടേണ്ട... കാര്യം പറ ഞ്ഞാൽ മതി."

"എനിക്ക് നല്ല ചൊറിച്ചിൽ അനുഭവപ്പെട്ടു. എന്നാൽ എവിടെയാണ് ചൊറിയുന്നതെന്ന് അറിയാൻ കഴിഞ്ഞില്ല. ചൊറിയാനുള്ള നഖവും കണ്ടില്ല. ഞാൻ കരയാൻ തുടങ്ങി. കുട്ടിക്കാലം മുതൽ ഞാനാസ്വദിക്കുന്ന കരച്ചിൽ എന്നിൽനിന്നും അകന്നു പോയിക്കഴിഞ്ഞിരുന്നു. ഞാൻ എത്ര ഉച്ചത്തിൽ വിലപിച്ചോ അത്ര കുറച്ചേ പുറത്തുവന്നുള്ളു. ഒരു ഞരക്കം പോലും പുറത്തുവന്നില്ല. അടുത്തുനിന്ന ആൽമരത്തിൽ തലയിടിച്ചു പൊട്ടിക്കാൻ നോക്കി. എനിക്കെന്റെ കുടുമ പോലും കണ്ടെത്താനായില്ല. എന്നാൽ ഏറ്റവും വേദനയുണ്ടാക്കിയ കാര്യം 'എവിടെപ്പോയി എന്റെ വിശപ്പ്' എന്നു വിളിച്ചുകൊണ്ട് രാത്രി പന്ത്രണ്ടു മണി വരെ കുളക്കര യിൽ നടന്നു എന്നതാണ്. വിശപ്പ് എന്ന കുരങ്ങൻ തീർത്തും എന്നെവിട്ട് പോയിക്കഴിഞ്ഞിരുന്നു."

"നീ പറയുന്ന കഥയുടെ വാലും തുമ്പും കിട്ടുന്നില്ല. ഒരു നിമിഷം നിർത്ത്."

"ദാദാ ദയവുചെയ്ത് നിർത്താൻ മാത്രം പറയരുത്. ജീവിതത്തിലൊ രിക്കലും നിലച്ചു പോയിട്ടില്ലാത്ത അങ്ങയെപ്പോലൊരാൾക്ക് നിലച്ചു പോയ ഒരുവന്റെ വേദന മനസ്സിലാവില്ല. ഇല്ല, ഞാൻ നിർത്തില്ല. അന്ത്യ നിമിഷം വരെ തുടരും."

അതും പറഞ്ഞ് 'അയാൾ' വികൃതശബ്ദങ്ങൾ പുറപ്പെടുവിച്ച് മുറി ക്കുള്ളിൽ അങ്ങോട്ടുമിങ്ങോട്ടും ഓടിനടന്നു. അയാളുടെ ഓട്ടം കണ്ട പ്പോൾ എനിക്ക് നീർനായയുടെ ചലനങ്ങളാണോർമ്മ വന്നത്.

"എന്താണു നീയി ചെയ്യുന്നത്?"

"ദാദാ ഇതെന്റെ അന്ത്യ നിമിഷങ്ങളാണ്. ഇനി എന്നെ കാണാനാ യെന്നു വരില്ല. എന്നെ ഒന്നും ചെയ്യരുത്. രണ്ട് അടി വാങ്ങിപ്പിടിക്കാൻ പോലും ഒരു ചന്തിയില്ലെന്ന് അറിഞ്ഞ ആ നിമിഷം ഞാനെന്റെ പഴയ അദ്ധ്യാപകനായ സത്കാരി മാഷിനെ ഓർത്തു. അപ്പോൾ എനിക്കെന്റെ ഹൃദയം പിടച്ചതുപോലെ തോന്നി. അപ്പോഴാണറിഞ്ഞത് എനിക്ക് ഹൃദ യവും നഷ്ടമായിരിക്കുന്നു. എന്റെ അവസ്ഥ ഒരു കാർപ്പ് മത്സ്യത്തിനാണ് വന്നു ചേർന്നിരുന്നതെങ്കിൽ അത് പാചകക്കാരനോട് ചീനച്ചട്ടിയിലെ തിളച്ച എണ്ണയിലിട്ട് വറുത്ത് തിന്നാൻ പറഞ്ഞേനെ. എനിക്കോ? എത്ര യോവട്ടം മാഷിന്റെ തല്ലുവാങ്ങിപ്പിടിച്ച എന്റെ ചന്തി പോലും നഷ്ടമായി രിക്കുന്നു. ഒരു ഇഷ്ടിക കൊണ്ടുണ്ടാക്കിയ കേക്ക് കഴിക്കും പോലെ ഞാനതു സഹിച്ചു. ദാദാ അങ്ങ് ശക്തമായി എന്റെ ചന്തിയിൽ അടിക്കൂ. കഴിയുന്നത്ര ശക്തിയായി...."

അയാൾ എന്റെയരികിൽ വന്ന് തിരിഞ്ഞുനിന്നു.

"മാറിപ്പോ" ഞാൻ പറഞ്ഞു.

"ഞാൻ പറഞ്ഞുതീർക്കട്ടെ ദാദ. ഞാനൊരു ശരീരവും തേടി ഗ്രാമ
ങ്ങൾതോറും അലഞ്ഞു. അപ്പോൾ ഉച്ചതിരിഞ്ഞ് മൂന്നുമണി ആയിട്ടു
ണ്ടാവും. സൂര്യന്റെ ചൂടു കൂടുന്തോറും അതെനിക്ക് ഒട്ടും അനുഭവപ്പെ
ടാതെയായി. ആൽമരച്ചുവട്ടിൽ കഞ്ചാവു വലിച്ചുറങ്ങുന്ന പാട്ടു അമ്മാ
വനെ കാണുമ്പോഴേക്കും എന്റെ ദുരിതങ്ങൾ ഏറെ അവസാനിച്ചു കഴി
ഞ്ഞിരുന്നു. ഒരു ജീവൻ വല്ലാതെ ആ ശരീരത്തിൽ തുടിക്കുന്നതായി
എനിക്കു തോന്നി. അതൊരു സുവർണ്ണാവസരമായി ഞാൻ കണ്ടു. ഞാൻ
അയാളുടെ മൂക്കിലൂടെ എന്റെ ആത്മാവിനെ ഉള്ളിലേക്കു കടത്തി. ഒരു
ചെരുപ്പിനുള്ളിൽ കാലു കയറ്റുമ്പോലെയേ അതെനിക്ക് അനുഭവപ്പെ
ട്ടുള്ളൂ. പുട്ടു അമ്മാവന്റെ ഉള്ളിലുള്ളയാളിന് ശ്വാസംമുട്ടുന്നതായി തോന്നി.

'ആരാണു നീ മകനേ? നിനക്കുകൂടി ഇടമില്ലല്ലോ ഈ ശരീരത്തിൽ.'

ഞാൻ ആ ശബ്ദം തിരിച്ചറിഞ്ഞു.

'നിങ്ങൾക്കാണിടമില്ലാത്തത്. പുറത്തു കടക്കൂ വേഗത്തിൽ.'

'ഞാൻ പുറത്തേക്കുള്ള വഴിയിലാണ്. എന്റെ ശകലമേ അകത്തുള്ളൂ.
തള്ളിക്കോളൂ.'

'ഞാൻ ശക്തമായി ഒന്നുന്തി. അയാൾ അപ്രത്യക്ഷനായി. അപ്പോ
ഴേക്കും അയാളുടെ ഭാര്യ രംഗത്തെത്തി. 'ഒന്നിനും കൊള്ളാത്ത കള്ള
ക്കെഴവാ മടിപിടിച്ചു കെടക്കുകയാണല്ലോ ഇവിടെ?' അവളുടെ ചീത്ത
വിളി എന്റെ കാതുകൾക്ക് സംഗീതമായി.'

'ഒരിക്കൽ കൂടി അതു പറയൂ.'

ഞാൻ യാചിച്ചു.

അങ്ങനെയൊരു വിളി ഇനിയെപ്പോഴെങ്കിലും കേൾക്കാനാവുമെന്ന്
ഞാൻ കരുതിയതല്ല.

ആ കെഴവി കരുതി ഞാൻ അവളെ കളിയാക്കുകയാണെന്ന്. ചുല
ടുക്കാനായി അവൾ വീട്ടിനുള്ളിലേക്കു പോയി. പുതിയതായി കൈവന്ന
ശരീരം നഷ്ടപ്പെടുമോയെന്നു ഞാൻ ഭയന്നു. വീട്ടിലേക്കു പോകുന്ന
താണു നല്ലതെന്ന് എനിക്കുതോന്നി. വീട്ടിനുള്ളിലെ കണ്ണാടിയിലേക്കു
നോക്കിയപ്പോൾ ഞാൻ പേടിച്ചു വിറച്ചുപോയി. ആശാരിയുടെ ഉളികൊണ്ട്
എന്റെ തൊലി ചെത്തിയെടുത്തപോലെയുണ്ട്.

'ശരീരമില്ലാത്തവന് ഒരു ശരീരം കിട്ടി. ശരിതന്നെ. എന്നാലവന്റെ
യഥാർത്ഥരൂപം കായലിന്നഗാധതയിൽ ഏഴു തട്ടു താഴെ കിടക്കയാണി
പ്പോഴും. എങ്ങനെയതു വീണ്ടെടുക്കും.'

'ഈ ഘട്ടത്തിലാണ് വേദനാജനകമായ വേർപാടിനുശേഷം എനി
ക്കെന്റെ വിശപ്പ് തിരികെ ലഭിച്ചത്. വിശപ്പ് ഒരു തിരമാലപോലെ ഇര
ച്ചെത്തി. വയറിന്റെ ഓരോ മടക്കിലൂടെയും അത് നുഴഞ്ഞുകയറി. ശൂന്യ
തയിൽ ഒന്നും കാണാനായില്ല. ആദ്യം കണ്ടത് ആദ്യം തിന്നു എന്ന
പോലെ. എന്തൊരു ഭാഗ്യം. അപ്പോഴാണ് ഞാൻ പുപ്പു വല്യേച്ചി അത്താ
ഴത്തിനു ക്ഷണിച്ചകാര്യം ഓർത്തത്. ട്രെയിനിൽ കയറാൻ ചില്ലിക്കാശ്
കൈയിലില്ല. അതുകൊണ്ട്, നടക്കാൻ തീരുമാനിച്ചു. ഓരോ ചുവടും

ആഹ്ലാദകരമായ അനുഭവമായി. ആനന്ദമൂർച്ഛയ്ക്കൊടുവിൽ ശ്വാസംമുട്ടി. ഓരോ അടിവയ്ക്കുമ്പോഴും ഞാനിങ്ങനെ മന്ത്രിച്ചു. നിർത്തില്ല, നിർത്തില്ല ഞാൻ.... ഞാൻ പൊയ്ക്കൊണ്ടേയിരിക്കും. ഞാനിത്ര ഉത്സാഹത്തോടെ ഇതിനു മുമ്പൊരിക്കലും നടന്നിട്ടേയില്ല. ദാദാ അങ്ങ് ആ ചാരുകസേര യിൽ കുനിക്കൂടിയിരിക്കയാണല്ലോ. നടന്നു തളരുന്നതിന്റെ സുഖം അങ്ങേക്കു മനസ്സിലാവില്ല. മുട്ടുകൾ വേദനിക്കുമ്പോൾ നിങ്ങൾ ജീവിച്ചി രിക്കുന്നതായി അറിയും."

"മനസ്സിലായി. മനസ്സിലായി. എന്താണു നിനക്കിപ്പോൾ വേണ്ടതെന്നു പറയൂ."

"എന്തെങ്കിലും ചെയ്യുകയെന്നത് അങ്ങയുടെ കടമയാണ് ദാദ. നിങ്ങ ളാണ് ആതിഥേയൻ. നിങ്ങൾക്ക് നിങ്ങളുടെ അതിഥിയെ സൽക്കരിക്കാ തിരിക്കാനാവുമോ?"

"ഇപ്പോൾ പുലർച്ചെ മൂന്നു മണിയാണെന്ന കാര്യം നീയും മറക്കാൻ പാടില്ല."

"ശരി. എങ്കിൽ ഞാനിതാ പുപ്പു വല്യേച്ചിയെ കാണാൻ പോകുന്നു."

"ഈ സമയത്തോ?"

"ദാദാ. എന്നെ ഭീഷണിപ്പെടുത്തിയിട്ടു കാര്യമില്ല അങ്ങ് ഏറ്റവും മോശമായ കാര്യം ചെയ്തു കഴിഞ്ഞു. ഞാനിറങ്ങുന്നു."

"പറ്റില്ല."

"പോകും."

"എന്നാൽ ഞാനൊന്നു കാണട്ടെ!"

"പോകും. പോകും. പോകും!"

അയാൾ മേശമേൽ ചാടിക്കയറി നൃത്തം ചെയ്യാൻ തുടങ്ങി.

"ഞാൻ പോകും. പോകും. പോകും."

അതൊരു പഴം പാട്ടുപോലെ പാടാൻ തുടങ്ങി.

എനിക്കു കലികയറി. അയാളുടെ തലപ്പാവ് ഞാൻ വലിച്ചു പിടിച്ചു. ഒരു മുന്നറിയിപ്പുമില്ലാതെ ആ ശരീരം തറയിൽ പൊത്തോയെന്നു വീണു.

എന്തൊരു ദുരന്തം!

കഞ്ചാവടിച്ചു പൂസായ ഈ ശരീരത്തോടു ഞാനെന്തു പറയും?

ഇരുട്ടിലേക്കിറങ്ങി ഞാൻ കൂകി വിളിച്ചു.

"വേഗം വരൂ. വേഗം വന്നീ ശരീരത്തിൽ കയറി അതും കൊണ്ടു പോകൂ."

ഒരു ഉത്തരവും ലഭിച്ചില്ല.

ആനന്ദ ബസാർ പത്രികയിൽ ഒരു പരസ്യം നൽകുന്നതായി ഞാൻ സങ്കൽപിച്ചു.

"പറഞ്ഞതൊക്കെ ശരിയാണോ മുത്തശ്ശാ" പുപ്പു വല്യേച്ചി ചോദിച്ചു.

അപ്പോളവളുടെ കണ്ണുകൾ ഉരുണ്ടുവന്നു.

"അതു ശരിക്കും മേലെയാണ് വല്യേച്ചീ."

അതൊരു യഥാർത്ഥ കഥയാണ്.

എട്ട്

എം എ വിദ്യാർത്ഥികൾക്കായി ഞാൻ മിൽട്ടന്റെ ഏര്യോപഗിറ്റിക്ക (Areopagitica) യെപ്പറ്റി ചില കുറിപ്പുകൾ തയ്യാറാക്കുകയായിരുന്നു. അതി ലേക്കായി എനിക്ക് ഒരു പുസ്തകം വേണം – *The International Mellifluous Abracadabra.* കൈയിലുള്ള *Three hundred years of Indo - Indetermination* എന്ന പുസ്തകത്തിന്റെ പുസ്തക സൂചികയും നോക്കണം. *The Onomatopolice of Tintinmabulation* എന്ന പുസ്തകം വേണമെന്ന് ഞാൻ ആവശ്യപ്പെട്ടിരുന്നു.

പെട്ടെന്ന് 'അയാൾ' ആ മുറിയിലേക്കു കടന്നുവന്നു.

"എന്തുവേണം. നിന്റെ ഭാര്യ തൂങ്ങിച്ചത്തോ?

"ജീവിച്ചിരുന്നെങ്കിൽ അവളങ്ങനെ ചെയ്യുമായിരുന്നു. എന്തൊക്കെ യാണ് നിങ്ങളവളോട് ചെയ്തത്?"

"എന്തു ചെയ്തെന്ന്. കാര്യം പറയൂ."

"ഇപ്പോൾ വരെ നിങ്ങളെന്നെപ്പറ്റി കള്ളക്കഥകളുണ്ടാക്കി. ഭാഗ്യത്തിന് എന്റെ പേര് എടുത്തു പറഞ്ഞില്ല. അങ്ങനെയായിരുന്നെങ്കിൽ ഈ പരി ഷ്കൃത സമൂഹത്തിൽ എനിക്ക് തല ഉയർത്തി നടക്കുവാനാകുമായിരു ന്നില്ല. പുപ്പു വല്യേച്ചിയെ അതു രസിപ്പിക്കുമെന്നറിഞ്ഞതിനാൽ ഞാൻ അതൊക്കെ സഹിച്ചു. എന്നാൽ ഇപ്പോൾ മറിച്ചു സംഭവിച്ചിരിക്കുന്നു."

"എന്താണു സംഭവിച്ചതെന്ന് വ്യക്തമായി പറയൂ."

"ശരി കേട്ടോളൂ. ഇന്നലെ പുപ്പു വല്യേച്ചി സിനിമ കാണാൻ പോയി. അവൾ കാറിൽ കയറാൻ തുടങ്ങവെ ഞാൻ പിന്നിൽനിന്നും ഓടിയെത്തി ഇങ്ങനെ പറഞ്ഞു:

'പുപ്പു വല്യേച്ചീ, എന്നെക്കൂടെ നിങ്ങടെ കാറിൽ കയറ്റൂ.'

ദാദാ... അതിനുശേഷം സംഭവിച്ചതു ശുദ്ധ അപസ്മാരബാധയായി
രുന്നു."

"എങ്ങനെ?"

"പുപ്പു വല്യേച്ചി രണ്ടു കൈകൊണ്ടും മുഖം പൊത്തി നിലവിളിച്ചു.
'മാറിപ്പോ. ആ കഞ്ചാവടിച്ചു കിറുങ്ങിയവന്റെ ശരീരവുമായി എന്റെ കാറിൽ
കേറാൻ അനുവദിക്കില്ല.'

എല്ലാ ഭാഗത്തുനിന്നും ആളുകൾ ഓടിക്കൂടി. പൊലീസെത്തി എന്നെ
ജയിലിലടച്ചേനെ. ജീവിതത്തിൽ പലപ്പോഴും ഞാൻ അപമാനിക്കപ്പെട്ടി
ട്ടുണ്ട്. പക്ഷേ, ദാദാ ഇത്ര കൃത്യമായ ഒരപമാനം ഞാൻ നേരിട്ടിട്ടില്ല.
കഞ്ചാവടിച്ചു കിറുങ്ങിയവന്റെ ശരീരം മോഷ്ടിച്ചു! ഇത്ര മോശം അധി
ക്ഷേപം എന്റെ ഉറ്റചങ്ങാതി പോലും ഉന്നയിച്ചിട്ടില്ല. വീട്ടിലെത്തിയപ്പോ
ഴാണ് ഞാൻ കഥ മുഴുവനറിഞ്ഞത്. ഇതിനു പിന്നിൽ നിങ്ങൾ മാത്ര
മാണ്."

"തീർച്ചയായും. മറ്റെന്താണെനിക്ക് ചെയ്യാൻ കഴിയുന്നത്? നിന്നെ
പ്പറ്റിയുള്ള കഥകളിങ്ങനെ എത്രകാലം എഴുതിക്കൂട്ടാനാകും? ഞാൻ ചെറു
പ്പമായി വരുകയല്ല. എന്റെ പേനയ്ക്ക് സന്ധിവാതം പിടിച്ചതുപോലെ
തോന്നുന്നു. പുപ്പുവിന്റെ അഭിരുചിക്കിണങ്ങുന്ന വിധം നിന്നെപ്പറ്റിയുള്ള
അസംഭവ്യ കഥകൾ ചമയ്ക്കണമെങ്കിൽ എനിക്കല്പം സന്തോഷവും മാന
സിക ലാഘവത്വവും ആവശ്യമാണ്. അതുകൊണ്ട് അവസാനത്തെ കഥ
യിൽ നിന്നെ എന്നെന്നേക്കുമായി അവസാനിപ്പിച്ചുകളയാൻ ഞാൻ തീരു
മാനിച്ചു."

"പക്ഷേ, ദാദ അങ്ങനെയങ്ങു തീർന്നുതരാൻ എനിക്കു വയ്യ. ദയ
വായി പുപ്പു വല്യേച്ചിയുടെ പേടിമാറ്റൂ. ഇതു വെറുമൊരു കഥയാണെന്ന്
അവളോടു പറയൂ."

"ഞാനവളെ വിശ്വസിപ്പിക്കാൻ നോക്കി. പക്ഷേ, അവളെ സമാധാ
നിപ്പിക്കുക അത്ര എളുപ്പമല്ല. അവളെ വിശ്വസിപ്പിക്കാനായി ഞാനാ കഞ്ചാ
വടിച്ചു കിറുങ്ങിയവനെ അവളുടെ മുന്നിലെത്തിച്ചു. എന്നാലതു വിപ
രീത ഫലമാണുണ്ടാക്കിയത്. നീ പാട്ടുവിന്റെ ശരീരത്തിനുള്ളിൽ കയറി
പ്പറ്റി, അതുമായി അലഞ്ഞു തിരിയുന്നതിന്റെ തെളിവായാണ് അവളതെടു
ത്തത്."

"അങ്ങനെയാണെങ്കിൽ, ദാദ, അങ്ങീ കഥയൊന്നു മാറ്റിയെഴുതൂ.
നമുക്ക് പാട്ടുവിനെ ടെറ്റനസ് പിടിപ്പിച്ചു കൊല്ലാം. എന്നിട്ടയാളുടെ മൃത
ദേഹം നിംതലഘട്ടിൽ സംസ്കരിക്കാം. അതിനായി വിപുലമായ ചടങ്ങു
കൾ സംഘടിപ്പിക്കാം. പുപ്പു വല്യേച്ചിയെയും ക്ഷണിക്കാം. ചെലവെല്ലാം
ഞാൻ തന്നെ വഹിക്കാം. പുപ്പു വല്യേച്ചിയുടെ കഥകളിൽ ഏതുരൂപവും
പ്രാപിക്കാനാകുന്ന മാന്ത്രികനാണു ഞാൻ. അത്രയും പ്രാധാന്യമുള്ള പദ
വിയിൽ നിന്നു പുറത്താക്കിയാൽ ഞാൻ പിന്നെ ജീവിച്ചിരുന്നിട്ടു കാര്യമില്ല."

"ശരി നമുക്കപ്പോൾ രഥങ്ങളുടെ പ്രയാണത്തിന്റെ ദിശ തിരിക്കാം.
നിന്നെ വീണ്ടും പുപ്പുവിന്റെ വീട്ടിലെത്തിക്കാം."

അടുത്ത ദിവസം വൈകുന്നേരത്ത് 'അയാൾ' എത്തി. ഞാൻ കഥ തുടങ്ങി.

"അവളുടെ കെട്ടിയോന്റെ അവകാശങ്ങൾക്കായി പാട്ടുവിന്റെ ഭാര്യ നിനക്കെതിരെ കേസു കൊടുത്തു."

ഞാൻ കഥയുമായി മുന്നോട്ടു നീങ്ങുന്നതിനുമുമ്പ് 'അയാൾ' ഇട പെട്ടു.

"അതു പറ്റുല്ല. പാട്ടുവിന്റെ കെട്ടിയോളെ അങ്ങ് കണ്ടിട്ടില്ലല്ലോ! അവൾ കേസു ജയിച്ചാൽ പിന്നെ എതിർകക്ഷി കറുപ്പുനിന്നു മരിച്ചാൽ മതി."

"വിഷമിക്കാതെ. അവൾ ജയിക്കുകയോ തോല്ക്കുകയോ ചെയ്യട്ടെ. നിനക്കൊപ്പം അവസാനംവരെ ഞാനുണ്ടാകും."

"അതു കൊള്ളാം. പറഞ്ഞാട്ടെ..."

"കൈകൾ കൂപ്പി ന്യായാധിപനോടു നീ പറഞ്ഞു.

പ്രഭോ, നിയമങ്ങളുടെ സംരക്ഷകനേ, എന്റെ ഏഴു തലമുറകളിലെ പൂർവ്വികരെ മുൻനിർത്തി ഞാൻ ആണയിടുന്നു, ഞാൻ ഇവളുടെ ഭർത്താ വല്ല.

പ്രോസിക്യൂട്ടർ നിന്നെ തുറിച്ചുനോക്കി.

'നീ ഇവളുടെ ഭർത്താവല്ലെന്നു പറഞ്ഞതു വഴി നീയെന്താണുദ്ദേശി ച്ചത്?'

'ഈ ദിവസംവരെ ഞാനിവളെ വിവാഹം കഴിച്ചിട്ടില്ല എന്നാണ് ഞാനുദ്ദേശിച്ചത്. വേറൊരു അർത്ഥത്തെക്കുറിച്ചു ഞാൻ ചിലപ്പോൾ ആലോചിച്ചേക്കും. പക്ഷേ, ഉടനെ വേറൊരർത്ഥം തോന്നുന്നില്ല.'

പ്രോസിക്യൂട്ടർ രാംസദേ നിന്നെ ഉച്ചത്തിൽ കളിയാക്കി.

'തീർച്ചയായും നിങ്ങളിവളുടെ ഭർത്താവാണ്, നുണ പറയരുത്.'

നീ ജഡ്ജിക്കു നേരെ തിരിഞ്ഞു:

'ഞാൻ ജീവിതത്തിൽ ഒരുപാടു നുണകൾ പറഞ്ഞിട്ടുണ്ട്. എന്നാൽ ഈ വൃദ്ധയെ ഞാൻ എന്റെ സ്വബോധത്തിൽ വിവാഹം കഴിച്ചു എന്നു പറയണമെങ്കിൽ എനിക്കീ ധൈര്യമൊന്നും പോര, യജമാനനേ. ആ ആലോചന മതി എനിക്ക് ഹൃദയസ്തംഭനമുണ്ടാക്കാൻ.'

'അതിനുശേഷം അവർ കഞ്ചാവടിച്ച് കിറുങ്ങിയ മുപ്പത്തഞ്ചുപേരെ സാക്ഷികളായി വിചാരണ ചെയ്തു. ഓരോരുത്തരായി അവരുടെ കഞ്ചാവു കറപുരണ്ട വിരലുകളാൽ നിന്റെ മുഖത്തു തടവി. അവർ പറഞ്ഞു.'

'കാണാൻ പാട്ടുവിനെപ്പോലെത്തന്നെയാണ്. നെറ്റിയിലെ മുഴപോലും അങ്ങനെതന്നെ. എന്നാൽ....'

'എന്നാൽ... എന്ത്?'

പ്രോസിക്യൂട്ടർക്ക് കലികയറുന്നുണ്ടായിരുന്നു.

'അയാൾ പുട്ടുവിനെപ്പോലെതന്നെയുണ്ട്. പക്ഷേ, എങ്ങനെ ഉറപ്പിച്ചു പറയും? ഞങ്ങൾക്ക് അയാളുടെ ഭാര്യയെ അറിയാം. ഇവളുടെ കൈകൾ

കൊണ്ട് ചില്ലറയൊന്നുമല്ല അയാൾ അനുഭവിച്ചത്. ഇവന്റെ ചുമലിലടിച്ച്
ഇവൾ ഒടിച്ചു കളഞ്ഞ ചുലുകൾ മാത്രമുണ്ടായിരുന്നെങ്കിൽ ഞങ്ങൾക്ക്
കഞ്ചാവിന്റെ പൊട്ടും പൊടിയും തേടേണ്ടി വരുമായിരുന്നില്ല. അതു
കൊണ്ടു സാർ ഒരു മാന്യനു ദുരന്തം വരുത്താവുന്ന ഒരു കാര്യത്തിന്മേലും
ഞങ്ങൾക്ക് പ്രതിജ്ഞയെടുക്കാനാവില്ല.'

പ്രോസിക്യൂട്ടർ കോപാക്രാന്തനായി.

'പിന്നെ ഈ നില്ക്കുന്ന മനുഷ്യൻ ആരാണ്?'

'ദൈവത്തിനു പോലും ഇങ്ങനെയൊരു മനുഷ്യനെ വീണ്ടും സൃഷ്ടി
ക്കാനുള്ള ധൈര്യമുണ്ടാവില്ല.'

അതിനെ കഞ്ചാവടിക്കുന്നവരുടെ നേതാവ് ഇങ്ങനെ നേരിട്ടു.

'ശരിയാണു കുഞ്ഞേ. ഇത്തരം സൃഷ്ടികൾ ഒരിക്കലേ ഉണ്ടാവൂ.
അതും അപകടത്തിൽ സംഭവിച്ചു പോകുന്നത്. ആദ്യത്തെ സൃഷ്ടിക്കു
ശേഷം അതിന്റെ മൂക്കു തുടച്ച്, ഇത്തരമൊരു തെറ്റ് ഇനി ആവർത്തിക്കി
ല്ലെന്നു സത്യം ചെയ്തു. പക്ഷേ, ഏതോ ചെകുത്താൻ ദൈവത്തിനു
ള്ളിൽ പ്രവർത്തിച്ചു. ഇത് ഗംഭീരമായ വ്യാജനിർമ്മിതി തന്നെ. ഒരു വിദഗ്ധ
സൃഷ്ടി. പുട്ടുവിന്റെ ശരീരമൊന്നു വിറച്ചു. അപ്പോൾ അവന്റെ മൂക്കൊന്നു
നീണ്ടു വളഞ്ഞു. അതുകൊണ്ടാണ് അർദ്ധ ചന്ദ്രനെപ്പോലെയുള്ള മൂക്ക്
അവനുമേൽ വച്ചുപിടിപ്പിക്കേണ്ടി വന്നത്. അവന്റെ കൈകളിലെ തൊലി
വച്ചുപിടിപ്പിക്കാൻ വേണ്ടിമാത്രം ആയിരം വാവലുകളെ ബലിനല്കേണ്ടി
വന്നിട്ടുണ്ട്.'

'ഈ വിചാരണ ഒരു വൻദുരന്തമാവുകയാണ്. എനിക്ക് ഒരാഴ്ചത്തെ
സമയം നല്കണം. ഞാൻ ഈ അത്ഭുതമനുഷ്യനായ പാട്ടുവിനെ
യഥാർത്ഥ ജീവനും ശരീരവുമായി അങ്ങയുടെ മുന്നിൽ നിർത്തും.'
പ്രോസിക്യൂട്ടർ ജഡ്ജിയോടായി പറഞ്ഞു.

നീ ഉടനെ തെലഹിപാറ കടവിലേക്ക് ഓടി. നിന്റെ ശരീരം പുഴ
യിൽനിന്നും പൊന്തിവന്നിട്ടേ ഉണ്ടായിരുന്നുള്ളൂ. നീ സൂക്ഷ്മതയോടെ
പാട്ടുവിന്റെ ശരീരത്തിൽനിന്നും പുറത്തുകടന്ന് നിന്റെ ശരീരത്തിലേക്കു
പ്രവേശിച്ചു. ഒരു ആശ്വാസ നിശ്വാസത്തിനു ശേഷം ആകാശങ്ങളിലേക്ക്
നോക്കി ഉച്ചത്തിൽ വിളിച്ചു.

"പാട്ടു, പാട്ടു"

'അയാളിൽ'നിന്നും വേറിട്ടു കിടന്ന ആ ശരീരം വേഗത്തിൽ സ്വന്തം
കാലുകളിൽ എഴുന്നേറ്റുനിന്നു. പാട്ടു പറഞ്ഞു.

'സഹോദരാ ഞാനിത്രയും നേരം നിന്നോടൊപ്പമായിരുന്നു. കഞ്ചാവ്
എന്റെ സ്വബോധം മുക്കിക്കളഞ്ഞിരുന്നു. ഞാൻ ഏറെ അസ്വസ്ഥനായ
സമയമായിരുന്നു അത്. ഞാൻ എന്റെ ജീവനൊടുക്കാൻ തുടങ്ങുമ്പോ
ഴാണ് തടസ്സപ്പെടുത്തിക്കൊണ്ട് നീയെത്തിയത്. ജീവിതത്തിലേക്കു തിരി
ച്ചെത്തിയപ്പോൾ ജീവിതത്തിന്റെ സ്വാദ് നുണയാൻതന്നെ ഞാൻ തീരു
മാനിച്ചു. ഞാൻ മരിച്ച ഉടൻ ഇനിയൊരിക്കലും മരിക്കുന്നതിന്റെ പ്രയാസം

അനുഭവിക്കേണ്ടല്ലോ എന്ന ചിന്ത എന്നിൽ നിറഞ്ഞു. കഴുത്തിൽ കുരു ക്കിടാൻ പോലുമുള്ള ശേഷി എന്നിൽ ശേഷിച്ചിരുന്നില്ല."

'നമുക്കു ചെയ്യാനുള്ളതൊക്കെ നമ്മൾ ചെയ്തു. ഇനിയിപ്പോൾ എന്നോടൊപ്പം പോന്നോളൂ. നിങ്ങളെയാ ജഡ്ജിക്കടുത്തു കൊണ്ടുപോയി ആ കഞ്ചാവിന്റെ കുറ്റം നിന്നിൽനിന്നും ഇറക്കിയെടുക്കണം.'

ഇത്രയും പറഞ്ഞ് നിങ്ങൾ ഇരുവരും കോടതിയിലേക്കു പോയി.

ജഡ്ജി പാട്ടുവിനോടു ചോദിച്ചു.

'ഈ വൃദ്ധ തന്റെ ഭാര്യയാണോ അല്ലയോ?'

'അതു നിഷേധിക്കാനാണെന്റെ ഉൾപ്രേരണ പക്ഷേ, ഒരു മാന്യനാ യതിനാൽ നുണ പറഞ്ഞതിനുള്ള പാപം കൂടി തലയിലേറ്റാൻ നോക്കു ന്നില്ല. അവൾ മറ്റു പാപങ്ങളെപ്പോലെ ഇപ്പോഴല്ലെങ്കിൽ പിന്നൊരിക്കൽ എന്നെ പിടികൂടുകതന്നെ ചെയ്യുമെന്നെനിക്കറിയാം. അതേ, അവൾ വിവാ ഹത്തിലൂടെ എന്റെ ജീവിത പങ്കാളിയായവൾ തന്നെയാണ്.'

'മറ്റ് ഭാര്യമാരുണ്ടോ, നിങ്ങൾക്ക്?'

'കുറച്ചുപേർ കൂടി വേണമെന്ന് എനിക്കാഗ്രഹമുണ്ട്.

വെറുതെ കൊണ്ടുനടക്കാൻ. എന്നാൽ ഞാൻ ഒരു കുലീന ഗൃഹ ത്തിൽ പിറന്നവനാണ്. പരിശുദ്ധ കുലീനരക്തം.'

ഈ കഥ പുപ്പു വല്ല്യേച്ചി ഞായറാഴ്ചയുടെയെന്ന് വായിച്ചു.

അവൾ ചോദിച്ചു.

"മുത്തശ്ശാ, അങ്ങു പറഞ്ഞു അങ്ങ് ഏതോ കോളേജ് പാoപുസ്ത കങ്ങൾ എഴുതുകയാണെന്നും അതിനുവേണ്ടി തോനെ തോനെ ഇംഗ്ലീഷ് പുസ്തകങ്ങൾ വേണമെന്നും. പക്ഷേ, മുത്തശ്ശന് കോളേജുകളൊന്നും ഇല്ലല്ലോ! മാത്രമല്ല അങ്ങു പറഞ്ഞ പുസ്തകങ്ങളൊന്നും തുറന്നു നോക്കു ന്നതുപോലും ഞാൻ കണ്ടിട്ടില്ല. അങ്ങെഴുതിക്കൂട്ടുന്നതൊക്കെ പാട്ടുക ളാണ്."

ഉത്തരം പറയാതെ ഞാനൊഴിഞ്ഞു.

പകരം ഒന്നു ചിരിച്ചു.

"മുത്തശ്ശന് സംസ്കൃതം അറിയാമോ?

"നോക്കൂ മോളേ, അത്തരം ചോദ്യങ്ങൾ ചോദിക്കരുത്. അത് മര്യാ ദയില്ലാത്ത ചോദ്യമാണ്. ഒരാളിന്റെ മുഖത്തുനോക്കി ഈ ചോദ്യം ഒരി ക്കലും ചോദിക്കരുത്."

ഒൻപത്

രാവിലെ പുപ്പു വല്യേച്ചി അല്പം ഖിന്നയായി കാണപ്പെട്ടു. "മുത്തശ്ശാ നിങ്ങൾക്ക് 'അയാളെപ്പറ്റിയുള്ള' കഥകളെല്ലാം തീർന്നു പോയോ?"

മുത്തശ്ശൻ വായിച്ചുകൊണ്ടിരുന്ന പത്രം മാറ്റി കണ്ണട തലയിലേക്കു കയറ്റിവച്ചു.

"കഥകളല്ല. കഥ പറയുന്നവന്റെ നാളുകളാണ് എണ്ണപ്പെട്ടത്."

" 'അയാൾ' തന്റെ ശരീരത്തിനുള്ളിലേക്ക് വീണ്ടും കയറിപ്പറ്റി, അല്ലേ? ഇനിയെന്താണ് സംഭവിക്കാൻ പോകുന്നതെന്നു പറയൂ."

"അയാളിനി സ്വന്തം നെറ്റിയിലെ വിയർപ്പുകൊണ്ട് ജീവിക്കാൻ പോവുകയാണ്. ഒട്ടേറെ ഉത്തരവാദിത്വങ്ങൾ അയാൾക്ക് ഏറ്റെടുക്കേണ്ടി വരും. ചിലപ്പോൾ അതിൽനിന്ന് ഒഴിഞ്ഞുനില്ക്കും. ചിലപ്പോൾ തന്റെ ജോലി ഗൗരവത്തോടെ ഏറ്റെടുക്കും. തലപുകച്ച് ആലോചനയിൽ മുഴുകും. ചിലപ്പോൾ മേശമേൽ കാലുകയറ്റിവച്ച് ഇരിക്കും. ചിലപ്പോൾ ആളുകൾ അയാളൊരു കുഴിമടിയനാണെന്നു പറയും. ചിലപ്പോൾ അയാൾക്കു തലചുറ്റും. ചിലപ്പോൾ വിശന്നുപൊരിയും. ചിലപ്പോൾ മന്ദത പിടിച്ച് കിടക്കയിൽനിന്നും എഴുന്നേല്ക്കില്ല. ശരീരം ഭാരമേറിയതായി തോന്നും. ചിലപ്പോൾ ശരീരം കിടുകിടാ വിറയ്ക്കും. ചിലപ്പോൾ ദയനീ യമായി ലോകത്തിനു മുന്നിലേക്കു തല ഉയർത്തി നോക്കും. ചിലപ്പോൾ ആ ഞരമ്പുകളിൽ ചോര തിളച്ചു പൊങ്ങും. ചില ആളുകൾ പറയുന്നതു കേൾക്കുമ്പോൾ അയാളുടെ കാതുകൾ വിറകൊള്ളും. ചിലരുടെ വർത്ത മാനം കേൾക്കുമ്പോൾ ഞരമ്പുകൾ ശാന്തമാകും. കൂട്ടുകാർ പറയുന്ന ചില കാര്യങ്ങൾ കേൾക്കുമ്പോൾ കൈകൾ നീണ്ടു വളരും. ശരീരത്തിൽ ഒരിടത്തല്ലെങ്കിൽ മറ്റൊരിടത്ത് എപ്പോഴും പ്രശ്നങ്ങളാണ് അയാൾക്ക്.

"മുത്തശ്ശാ മറ്റൊരാളുടെ ശരീരവുമായി ചുറ്റിത്തിരിഞ്ഞിരുന്നപ്പോൾ ഈ പ്രശ്നങ്ങളെല്ലാം അനുഭവപ്പെട്ടത് ഇവരിൽ ആർക്കായിരിക്കും? തല ചുറ്റിയപ്പോഴും വയറ് എരിഞ്ഞപ്പോഴും 'അയാൾക്ക്' അതനുഭവപ്പെ ട്ടിരിക്കുമോ? അതോ പാട്ടുവിനോ?"

"അതു പറയുക പ്രയാസകരമാണ്. എനിക്കറിഞ്ഞു കൂട. നീ 'അയാ ളോട്' തന്നെ ചോദിക്കൂ. അതയാളുടെ തലപുകയ്ക്കാതിരിക്കില്ല."

"മുത്തശ്ശാ. ഒരാളുടെ ശരീരത്തിന് ഇത്രയേറെ പ്രശ്നങ്ങളുണ്ടാക്കാൻ കഴിയുമെന്ന് ഞാൻ കരുതിയിരുന്നേയില്ല."

"ആ പ്രശ്നങ്ങളെല്ലാം കെട്ടിവരിഞ്ഞാണ് ഒരു കഥയുണ്ടാക്കുന്നത്. എന്തുകൊണ്ടാണ് ഒരു കഥ ശരീരത്തിൽ, വേട്ടക്കാരൻ കുതിരപ്പുറത്തി രിക്കും പോലെ കാൽകവച്ചിരിക്കുകയും നാനാഭാഗത്തേക്കും ഓടിക്കു കയും ദൃഷ്ടിക്കപ്പുറത്തേക്കു മാറുകയും ചെയ്യുന്നതെന്നറിയാമോ? ചില ശരീരങ്ങൾ കഴുതയെപ്പോലെ കഥകൾ ചുമക്കും. മറ്റു ചിലവ രാജകീയ എഴുന്നള്ളത്തിലെ ആനയെപ്പോലെയത്രെ!"

"അങ്ങയുടെ ശരീരം എങ്ങനെയുള്ളതാണു മുത്തശ്ശാ..."

"ഞാൻ പറയുകയില്ല. പൊങ്ങച്ചം പറയുന്നത് വിശുദ്ധ ഗ്രന്ഥങ്ങൾ വിലക്കിയിരിക്കുന്നു."

"മുത്തശ്ശനെന്തു കൊണ്ടാണ് 'അയാളെ'പ്പറ്റിയുള്ള കഥകൾ നിർത്തി ക്കളഞ്ഞത്."

"ഞാൻ വിശദീകരിക്കാം. മടി ഏറ്റവും ഉന്നതമായ അനുഗ്രഹമാണ്. ദൈവങ്ങളുടെ രാജാവായ ഇന്ദ്രൻ ആർഭാടത്തോടെ അമൃത് കഴിച്ച് കണ്ണ ടച്ചിരിക്കുന്നവനാണ്. അദ്ദേഹമാണ് കഥ പറച്ചിലിന്റെയും രാജാവ്. ഒരി ക്കൽ ഞാനാ ദൈവത്തെ ആരാധിച്ചിരുന്നു. ഇപ്പോൾ അദ്ദേഹത്തിന്റെ സദസ്സിൽ കയറുന്നതുപോലും ഞാൻ ഭയപ്പെടുന്നു. അതുകൊണ്ടുതന്നെ എനിക്കെന്റെ കഥകൾ വിശുദ്ധ പ്രസാദമായി ലഭിക്കുന്നുമില്ല."

"കാരണം?"

"ദൈവങ്ങളുടെ വാസസ്ഥലമായ അമരാവതിക്കടുത്തുകൂടെയാണ് പുണ്യനദിയായ സുരധുനി ഒഴുകുന്നത്. അതിന്റെ വേലിയിറക്കം മറ്റൊരു സ്വർഗ്ഗത്തെ വെളിപ്പെടുത്തുന്നു. ഫാക്ടറികളുടെ പുകക്കുഴലിൽനിന്നു പുറപ്പെടുന്ന കറുത്തപുക ആകാശത്ത് പതാകപോലെ പാറുന്നു. അതാണ് തൊഴിലാളികളുടെ സ്വർഗ്ഗം. അവിടെയാണ് തൊഴിൽ വസ്ത്രമണിഞ്ഞ് വിശ്വകർമ്മാവ് താമസിക്കുന്നത്. ഒരു ശരത്കാലപ്പുലരിയിൽ കൈയിൽ ഒരു പാത്രം പവിഴമല്ലിപ്പൂക്കളുമായി ഞാൻ പ്രാർത്ഥനയ്ക്കായി പോവു കയായിരുന്നു. അപ്പോൾ പൂജാരികളുടെ ഒരു ഏജന്റ് സൈക്കിളിൽ എതിരെ വന്നു. അയാളുടെ തോൾസഞ്ചി നിറയെ പുസ്തകങ്ങളാൽ വീങ്ങിയിരുന്നു. അയാളുടെ കുപ്പായക്കീശയിൽ രണ്ടു ഫൗണ്ടൻ പേന കൾ കാണാമായിരുന്നു. ഒന്നിൽ കറുത്ത മഷിയും മറ്റേതിൽ ചുവന്ന മഷിയും. ചൈനീസ് കോട്ടിന്റെ മറ്റേ കീശയിൽ നിറയെ കടലാസു തുണ്ടു കളായിരുന്നു. വലത്തേ കൈയിലെ വാച്ചിൽ സ്റ്റാന്റേർഡ് സമയവും മറ്റേ

കൈയിലെ വാച്ചിൽ കല്ക്കത്ത സമയവും ക്രമീകരിക്കപ്പെട്ടിരുന്നു. സഞ്ചി ക്കുള്ളിൽ വിവിധ റെയിൽവേ സമയ വിവരപ്പട്ടികകളും കാണായി. നെഞ്ചിലെ പോക്കറ്റിൽ ഡയറി പോലുള്ള നോട്ടുബുക്കും.

'ഏതു നരകത്തിലേക്കാണു താൻ പോകുന്നത്? സ്വർഗ്ഗത്തിലേക്കു തല ഉയർത്തിപ്പിടിച്ചാണല്ലോ നടപ്പ്?'

അയാൾ ചോദിച്ചു.

'പണ്ഡിറ്റ്ജി ദേഷ്യപ്പെടല്ലേ. ഞാൻ പ്രാർത്ഥിക്കാൻ പോവുകയാണ്. പക്ഷേ, വഴിതെറ്റി.'

'ഞാൻ കരുതി തലക്കനം പിടിച്ച ഏതോ ഒരുത്തനാണെന്ന്.' 'വരൂ ഞാൻ വഴി കാണിച്ചു തരാം.'

അയാൾ എന്നെ വിശ്വകർമ്മാവിന്റെ ക്ഷേത്രത്തിലേക്കു കൂട്ടിക്കൊ ണ്ടുപോയി. എനിക്ക് എതിർക്കാനേ കഴിഞ്ഞില്ല. വായ തുറക്കും മുമ്പേ പണ്ഡിറ്റ്ജി പറഞ്ഞു. 'പൂപ്പാത്രം താഴെ വച്ചോളൂ. കാണിക്കയ്ക്കുള്ള അഞ്ചു കാലണത്തുട്ടുകളെടുക്കൂ.'

ഒരു വിഡ്ഢിയെപ്പോലെ ഞാൻ പൂജകൾ ചെയ്തു. അതെല്ലാം അയാൾ അപ്പോൾത്തന്നെ ഡയറിയിൽ കുറിച്ചിട്ടു. എന്നിട്ട് സ്വന്തം റിസ്റ്റ് വാച്ചുകളിലൊന്നിലേക്കു നോക്കി പ്രഖ്യാപിച്ചു.

'ശരി. പൂജ കഴിഞ്ഞു. എനിക്ക് തീരെ സമയമില്ല. സ്ഥലം കാലി യാക്ക്.'

തൊട്ടടുത്ത ദിവസം തന്നെ എനിക്ക് പ്രാർത്ഥനയുടെ ഫലം കിട്ടി ത്തുടങ്ങി. രാവിലെ നാലുമണി കഴിഞ്ഞിട്ടുണ്ടാവണം. കൊള്ളക്കാർ മുറി ക്കൈത്തു കയറി എന്നു വിചാരിച്ച് ഞാൻ ഞെട്ടിയുണർന്നു. യഥാർത്ഥ ത്തിൽ അവർ അനാഥ സംരക്ഷണ സൊസൈറ്റിയിൽ നിന്നുള്ളവരായി രുന്നു. പന്ത്രണ്ടിനും പതിമൂന്നിനുമിടയ്ക്കു പ്രായമുള്ള ഇരുപത്തഞ്ച് ആൺകുട്ടികൾ ഒത്തുചേർന്ന് പാടുകയാണ്:

"വേണ്ടതിലുമേറെ വെട്ടിവിഴുങ്ങി
വയറിനുള്ളിൽ കുത്തിനിറച്ച്
കീശകൾ നിറയെ കാശുനിറച്ച്
വെറുതെ കുത്തിയിരിപ്പാണോ?
തരാനുള്ളതു തന്നീടു
അനാഥർ ഞങ്ങൾക്കേറെ വേണം
കരുതൽ സ്നേഹവും എന്നിവയൊക്കെ.
അതിനാലുണരു ഞങ്ങൾക്കായി
ഇല്ലാത്തവർക്കായി നല്കീടു
വീണ്ടും വീണ്ടും നല്കീടു."

വിളിച്ചു കൂവുന്നതിനൊപ്പം അവർ ഉച്ചത്തിൽ പെരുമ്പറകൾ മുഴ ക്കുന്നുമുണ്ടായിരുന്നു. എന്റെ കൈയിൽ എത്ര രൂപയുണ്ടാവുമെന്ന് ആലോചിച്ചെടുക്കാൻ നോക്കി. പെരുമ്പറ മുഴക്കത്തിൽ അതു വെറുതെ യായി. ആരോ ഒരുവൻ ചപ്ലാംകട്ടയടിച്ച് താളംപിടിച്ചു. ചില കുട്ടികൾ

താളത്തിൽ തുള്ളാൻ തുടങ്ങി. ശബ്ദഘോഷങ്ങൾ അസഹ്യമായി. ഞാൻ പണപ്പെട്ടി തുറന്ന് ബാഗ് എടുത്തു. അവരുടെ നേതാവ് വേഗത്തിൽ തറ യിലൊരു ടൗവൽ വിരിച്ചു. ബാഗിലുണ്ടായിരുന്ന ഒരു രൂപയും ഒമ്പത് അണയും മൂന്നു പൈസയും ഞാനാ ടൗവ്വലിലേക്കു കുടഞ്ഞിട്ടു. മാസാ വസാനമായതിനാൽ തയ്യൽക്കൂലി നല്കാൻ കരുതിവച്ച കാശായിരുന്നു അത്. സംഗീതം ക്രമേണ ചീത്തവിളിക്കു വഴിമാറി.

'പണം നിറച്ച കുടങ്ങൾക്കു മേലിരുന്ന് തുവൽ പരവതാനിയിൽ കാലും വച്ചിരിക്കുന്നവനേ, താൻ ചാവുമ്പോൾ ഒന്നും കൂടെ കൊണ്ടു പോവില്ല. അപ്പോൾ ലക്ഷപ്രഭുക്കളും കീറത്തുണിയുടുത്ത ഞങ്ങളും ഒരു പോലെ തന്നെയാണ്.'

തെറിവിളി പഴയതാണ്. എന്നാൽ ലക്ഷപ്രഭു എന്ന ശകാരം എന്നിൽ കലികയറ്റി.

അതൊരു തുടക്കം മാത്രമായിരുന്നു. അതിനുശേഷം എന്നെ അവർ ഇരുപത്തഞ്ചിലേറെ കമ്മിറ്റികളിലേക്ക് തെരഞ്ഞെടുത്തു. ബംഗാലിലുള്ള ഒട്ടുമിക്ക സൊസൈറ്റികളുടെയും അംഗീകൃത പ്രസിഡന്റായി, ഞാൻ. പൗരാണിക സംഗീത പുനരുദ്ധാരണ സമിതി, കുളങ്ങളെ ഞെക്കി ക്കൊല്ലുന്ന കുളവാഴകളെ നിർമ്മാർജ്ജനം ചെയ്യാനുള്ള സമിതി, മരിച്ച വരെ യഥാവിധി സംസ്കരിക്കാനുള്ള സമിതി, കവിത്രയങ്ങളായ ചണ്ഡി ദാസുമാരെ ഏകോപിപ്പിക്കാനുള്ള സമിതി, കരിമ്പിൻ നാരുകൾ സംസ്ക രിക്കാനുള്ള സമിതി, സംഗീതജ്ഞയായ ഘനയുടെ ഖന്യാനിലുള്ള വീടും പറമ്പും തിരിച്ചു പിടിക്കാനുള്ള സമിതി, പ്രായംചെന്ന കാലികളെ സംരക്ഷിക്കാനുള്ള സമിതി, മീശ സംരക്ഷണാവകാശം നിലനിർത്താനും ക്ഷുരകന്മാരുടെ ഫീസ് കുറയ്ക്കാനുമുള്ള സമിതി. ഞാനിതിന്റെയെല്ലാം അനിഷേധ്യനായ അദ്ധ്യക്ഷനായി മാറി. ടെറ്റനസിനെപ്പറ്റിയുള്ള ഒരു ലഘുപുസ്തകത്തിന് ആമുഖമെഴുതാൻ എന്നോട് ആവശ്യപ്പെട്ടു. ആധു നിക ഗണിതശാസ്ത്ര പാഠപുസ്തകങ്ങളെപ്പറ്റിയുള്ള അഭിപ്രായം എഴു തേണ്ടിവന്നു. ഭൂഭാണ്ഡംഗയിലുള്ള *ഭവഭൂതിയുടെ ജന്മസ്ഥലം കണ്ടെത്തൽ* എന്ന പുസ്തകത്തെ അനുഗ്രഹിക്കേണ്ടിവന്നു. റാവൽപിണ്ഡിയിലുള്ള വന പാലകന്റെ മകൾക്ക് പേരു കണ്ടുപിടിക്കേണ്ടി വന്നു. ഷേവിങ് സോപ്പി നായി പരസ്യപ്പാട്ട് പാടേണ്ടിവന്നു. ഭ്രാന്തുള്ളവർക്ക് നല്കേണ്ട മരുന്നു കളെപ്പറ്റിയുള്ള എന്റെ അനുഭവങ്ങൾ എഴുതേണ്ടിയും വന്നു."

"മുത്തശ്ശാ, അങ്ങുംവെറുതെ കുറെ അസംബന്ധങ്ങൾ തട്ടിവിട്ടു. എന്തെങ്കിലും ചെയ്യാൻ സമയയില്ലെന്നു പറഞ്ഞാൽ അതാരും വിശ്വസി ക്കാൻ പോകുന്നില്ല. 'അയാൾ' സ്വന്തം ശരീരത്തിൽ പ്രവേശിച്ചശേഷം എന്തു സംഭവിച്ചു എന്ന കാര്യം മാത്രം പറഞ്ഞാൽ മതി."

"അയാൾ സംസമിലേക്ക് സന്തോഷത്തോടെ ഓടിപ്പോയി."

"സംസമിലേക്കോ?"

"നിനക്കറിയാമല്ലോ, 'അയാൾ'ക്ക് കുറേക്കാലം കേൾവിശക്തിയുണ്ടാ യിരുന്നില്ലെന്ന്. ഇപ്പോൾ അയാൾക്ക് ശബ്ദത്തിന്റെ ഓരോ നുറുങ്ങും

അങ്ങേയറ്റം ആസ്വാദ്യകരമാണ്. ശ്യാംബസാർ കവലയിൽ ചെന്നയാൾ ചെവി കൂർപ്പിച്ചിരിക്കും. ട്രാമുകളുടെ കുലുക്കം അയാൾക്കിഷ്ടമാണ്. ടിറ്റാ ഘർ ചണമില്ലിലെ കാവൽക്കാരനുമായി 'അയാൾ' കൂട്ടായി. അയാൾ തന്റെ കാവൽമുറിയിൽ ഏറെനേരം ഇരിക്കാൻ 'അയാളെ' അനുവദിക്കും. യന്ത്രങ്ങളുടെ മുരളൽ കേട്ട് അങ്ങനെ അയാളിരിക്കും. ചെറിയൊരു മയ ക്കത്തിലേക്കയാൾ വീഴും. ഏതാനും ലഡുവോ രസഗുളയോ ഒരു കടലാ സുകൂടയിൽ ഒപ്പം കരുതും. ബാറൻ കമ്പനിയിലെ കൊല്ലനോടൊപ്പമി രുന്ന് അതെല്ലാം അകത്താക്കും. വെടിവയ്പ് പരിശീലനത്തിന് ബ്രിട്ടീഷ് സൈന്യം സംസമിൽ എത്തും. വെടിമുഴങ്ങുന്നതും കേട്ട് അയാൾ ലക്ഷ്യ ത്തിനു പിന്നിൽ ഇരിക്കും. ആകാംക്ഷയടക്കാനാവാതെ ഒരിക്കൽ തല നീട്ടിയതു കാരണം തലയിൽ വെടിയേറ്റു. അതങ്ങനെ കഴിഞ്ഞു."

"അതെങ്ങനെ കഴിഞ്ഞു മുത്തശ്ശാ."

"അതായത്, അവനെപ്പറ്റിയുള്ള എന്റെ കഥകൾ അവസാനിച്ചു."

"അതങ്ങനെ പറ്റൂല്ല. എന്നെ പറ്റിക്കാൻ നോക്കല്ലേ ലോകത്തുള്ള ഏതു കഥയും അങ്ങനെ അവസാനിപ്പിക്കാൻ കഴിയും."

"അങ്ങനെയാണോ?"

"ഈ കഥയുടെ കാര്യമല്ല. അതിനുശേഷം എന്തുണ്ടായി?"

"അയാൾ മരിച്ചശേഷമോ?"

"അതെ. മരണശേഷം."

"നീയിപ്പോൾ ഇതിഹാസത്തിലെ സാവിത്രിയെപ്പോലായി."

"വേണ്ട. എന്നെ പറ്റിക്കാൻ നോക്കല്ലേ. അടുത്തുണ്ടായതെന്തെന്ന് പറയൂ."

"ശരി. അവർ പറയുന്നത് മരണശേഷം ആർക്കും നിങ്ങളെ വേദനി പ്പിക്കാനാവില്ല എന്നാണ്. മരണശേഷവും ഒരാൾ സുരക്ഷിതനല്ല എന്ന് തെളിയിക്കാനാവും. ഉദാഹരണത്തിന് ടെന്റിൽ ഇരിക്കുന്ന പ്രശസ്തനായ ഒരു സർജനെയെടുക്കൂ. ഒരാൾ തലയ്ക്കു വെടിയേറ്റ് മരിച്ചെന്നറിയുന്ന നിമിഷം അയാൾ ആഹ്ലാദംകൊണ്ട് അട്ടഹസിക്കും."

"എന്തിനാണങ്ങനെ സന്തോഷിക്കുന്നത്?"

അയാൾ പറഞ്ഞു: "തലച്ചോർ മാറ്റിവയ്ക്കുന്നതിനെപ്പറ്റി നമുക്കിനി പരീക്ഷണങ്ങൾ നടത്താം."

"അതെങ്ങനെ?"

"അത് ശാസ്ത്രത്തിന്റെ സംഭാവനയാണ്. സർജൻ ഒരു ഗോറില്ലയെ മൃഗശാലയിൽനിന്നും വരുത്തി. അതിന്റെ തലച്ചോർ വേർപെടുത്തി നമ്മുടെ 'അയാളുടെ' തലയ്ക്കുള്ളിൽവച്ച് ഒട്ടിച്ചു. പതിനഞ്ചു ദിവസ ത്തേക്ക് തല അനക്കിയില്ല. തല പഴയതു പോലെയായി. നമ്മുടെ 'അയാൾ' കിടക്കയിൽനിന്നും ദുസ്വപ്നം കണ്ടെന്നപോലെ ചാടിയെണീറ്റു. കാണുന്നവർക്കു നേരെയെല്ലാം പല്ലിളിച്ചു കാട്ടി. നഴ്സ് ജീവനും കൊണ്ടോടി. നമ്മുടെ മഹാനായ ഡോക്ടർ അയാളുടെ കൈ പിടിച്ചു നിർത്തി. 'ഇവിടെ മര്യാദയ്ക്കിരുന്നോ'യെന്നാജ്ഞാപിച്ചു. 'അയാൾ'ക്ക്

പറഞ്ഞതെന്താണെന്നു പിടികിട്ടിയില്ല. അയാൾക്ക് സോഫയിലിരിക്കാനല്ല മേശയിലേക്ക് ചാടിക്കയറാനാണ് തോന്നിയത്. എന്നാലയാൾക്ക് അതിനു കഴിഞ്ഞില്ല. 'അയാൾ' തറയിൽ മലർന്നടിച്ചു വീണു. വാതിൽ തുറക്കപ്പെട്ടു. പുറത്ത് ഒരു അരയാൽ നില്ക്കുന്നുണ്ടായിരുന്നു. അതിലേക്ക് ഒറ്റക്കുതിപ്പിനു കയറിപ്പറ്റാൻ ഉൾപ്രേരണയുണ്ടായി. അയാൾ കുതിച്ചു. പക്ഷേ, ഓരോ ശ്രമവും പരാജയപ്പെട്ടു. പരാജയം അയാളെ ക്രുദ്ധനാക്കി. കടുത്ത രോഷത്തോടെയായി പിന്നീടുള്ള പ്രവൃത്തികൾ. ഈ ചാട്ടം കണ്ടുനിന്ന മെഡിക്കൽ കോളേജിലെ കുട്ടികൾ കുട്ടച്ചിരി ചിരിച്ചു. ഇളിച്ച പല്ലുമായി 'അയാൾ' കുട്ടികൾക്കു നേരെ പാഞ്ഞു. അരയാലിനു കീഴിൽ ഒരു ആംഗ്ലോ ഇന്ത്യൻ കുട്ടി സ്വസ്ഥമായിരുന്ന് ബ്രഡിൽ വെണ്ണ പുരട്ടി പഴവും ചേർത്ത് കഴിക്കുകയായിരുന്നു. നമ്മുടെ 'അയാൾ' ഓടിച്ചെന്ന് പഴം തട്ടിപ്പറിച്ചു. കുട്ടി രോഷത്തോടെ 'അയാളെ' ഇടിക്കാനോങ്ങി. കൂട്ടുകാർക്ക് ചിരിയട ക്കാനായില്ല.

'അയാളെ' എന്തു ചെയ്യുമെന്ന കാര്യത്തിൽ തർക്കം ഉയർന്നു. മൃഗ ശാലയിലേക്ക് അയക്കണമെന്നും അനാഥാലയത്തിലേക്ക് അയക്കണ മെന്നും അഭിപ്രായം ഉയർന്നു. മൃഗശാല സൂക്ഷിപ്പുകാരൻ എതിർത്തു.

'ഞങ്ങൾക്കിവിടെ മനുഷ്യരെ പാർപ്പിക്കാനാവില്ല.' അനാഥാലായ ത്തിലെ സൂക്ഷിപ്പുകാരൻ പറഞ്ഞു.

'കുരങ്ങുകളെ ഇവിടെ പാർപ്പിക്കുന്നതിന് ഇവിടത്തെ ചട്ടങ്ങൾ അനു വദിക്കുന്നില്ല.'

"മുത്തശ്ശൻ എന്താണു നിർത്തിക്കളഞ്ഞത്?"

"മോളേ ലോകത്തുള്ളതിനെല്ലാം അവസാനവുമുണ്ട്."

"പറ്റില്ല. ഇതങ്ങനെ നിർത്താനാവൂല്ല. ആർക്കു വേണമെങ്കിലും ഒരു പഴം തട്ടിപ്പറിച്ച് കഴിക്കാനാവും."

"ബാക്കി നാളെപ്പറയാം. ഇന്നല്പം പണി ബാക്കിയുണ്ട്."

"എന്താണു നാളെ സംഭവിക്കാൻ പോകുന്നതെന്നു മാത്രം ചുരുക്കി പ്പറയൂ."

"നമ്മുടെ അയാൾക്ക് ഒരു കല്യാണാലോചന വന്ന കാര്യം നിനക്ക് അറിയാമല്ലോ? അല്ലേ! അയാളുടെ തലച്ചോർ കൈമാറ്റം ചെയ്ത കാര്യം പെണ്ണിന്റെ വീട്ടുകാർ അറിഞ്ഞിരുന്നില്ല. കല്യാണത്തീയതിയും സമയം നിശ്ചയിക്കപ്പെട്ടു. രണ്ടു കൂറ്റൻ വാഴക്കുലകൾ ഉപയോഗിച്ച് അയാളെ ശാന്തനാക്കി അമ്മാവൻ കല്യാണപ്പന്തലിലേക്കു നയിച്ചു. പിന്നെ നടന്ന കാര്യങ്ങൾ പറഞ്ഞാൽ അതൊരു ഗംഭീര കഥയാണെന്ന് നിനക്ക് ബോധ്യ മാകും. പിന്നെ അയാളെ നമുക്ക് കൊല്ലേണ്ടിവരില്ല. അവൻ മരണത്തിനും അപ്പുറമെത്തിക്കഴിഞ്ഞു.

അതൊരു വൈകുന്നേരമായിരുന്നു. കിഴക്കൻ കാറ്റേറ്റ് ഞാനെന്റെ മട്ടുപ്പാവിൽ ഇരിക്കുകയായിരുന്നു. അന്ന് ശുക്ലപക്ഷത്തിലെ ചതുർത്ഥി യായിരുന്നു. പൂർണ്ണചന്ദ്രികയുടെ നാലാം നാൾ. ചന്ദ്രൻ ആകാശത്ത് തിളങ്ങി നിന്നു. ഒരു കുടന്ന ആകാന്തപ്പൂക്കളുമായി പുപ്പു വല്ല്യേച്ചി ടെറ

സിലെത്തി. എന്റെ കഥയ്ക്കുള്ള പ്രതിഫലം ഞാൻ സ്വീകരിക്കാൻ പോകുന്നു!

ശ്വാസത്തിൽ നിന്നെന്നപോലെ അയാൾ അവിടെ പ്രത്യക്ഷനായി.

"അങ്ങയുടെ കഥകൾക്കായുള്ള വിഷയങ്ങൾ കണ്ടെത്തുക എന്ന എന്റെ ജോലിയിൽ നിന്നിതാ ഞാൻ രാജിവച്ചിരിക്കുന്നു. കഞ്ചാവടിച്ചു കിറുങ്ങിയ പാട്ടുവിന്റെ വസ്ത്രങ്ങൾക്കുള്ളിലേക്ക് എന്നെ കുത്തിക്കയ റ്റിയപ്പോൾ ഞാൻ എതിർത്തില്ല. പക്ഷേ, എന്റെ തലയോട്ടിക്കുള്ളിലേക്ക് കുരങ്ങന്റെ തലച്ചോറ് തിരുകിക്കയറ്റാൻ ഞാൻ അനുവദിക്കില്ല. അടുത്ത തായി നിങ്ങൾ എന്താണു ചെയ്യാൻ പോകുന്നതെന്ന് എനിക്കൊരു രൂപ വുമില്ല. നിങ്ങളെന്നെ ഒരു പഴന്തീനി വാവലോ പല്ലിയോ ചീവീടോ ആക്കി യേക്കും. എന്തും ചെയ്യാൻ പോന്നവനാണ് നിങ്ങൾ.

ഇന്ന് ഞാനെന്റെ ഓഫീസിലെ കസേരയിലിരിക്കുമ്പോൾ എന്റെ മേശപ്പുറത്തു കണ്ടതെന്താണെന്നറിയുമോ? ഒരു കുല വാഴപ്പഴം. ഒന്നോ രണ്ടോ പഴന്തിന്നുന്നതിൽ എനിക്ക് താല്പര്യക്കുറവൊന്നുമില്ല. ഇപ്പോ ഴെനിക്കു തോന്നുന്നത് വാഴപ്പഴം തിന്നുന്നതു തന്നെ നിർത്തിയാലോ എന്നാണ്. പുപ്പു വല്യേച്ചീ, നിങ്ങളുടെ കൂടി മുത്തശ്ശൻ എന്നെ ഒരു ബ്രഹ്മ രക്ഷസ്സോ തലയില്ലാ പൂതമോ ആക്കിയേക്കും. അതൊന്നും അച്ചടിച്ചുവ രാതെ നോക്കിക്കോളണമേ. ഇപ്പോൾ തന്നെ എന്റെ ഭാവിമാതുലൻ എന്നെ കാണാൻ വന്നു കഴിഞ്ഞു. സ്ത്രീധനമായി എൺപത് തോല സ്വർണ്ണവും നല്കാമെന്നേറ്റു. ഇപ്പോഴത് പതിമൂന്നായി ചുരുക്കി. എനിക്ക് വേറൊരു പെണ്ണിനെ കിട്ടില്ലെന്ന് അവർക്ക് മനസ്സിലായിപ്പോയി. എന്റെ അന്തസ്സാകെ തകർന്നു. ഞാനിപ്പോൾ പോകുന്നു. ശുഭരാത്രി."

പത്ത്

അതൊരു വൈകുന്നേരമായിരുന്നു. ഞാൻ തെക്കേ മുറ്റത്ത് ഇരി ക്കുകയായിരുന്നു. മഴമരങ്ങൾ മറഞ്ഞിരുന്നതുകാരണം ആകാശത്ത് നക്ഷത്രങ്ങളെ കാണാനായില്ല. മരച്ചില്ലകളിൽ മിന്നാമിനുങ്ങുകൾ രത്ന ങ്ങളെപ്പോലെ തിളങ്ങി.

പുപ്പു വല്യേച്ചിയോട് ഞാനിങ്ങനെ പറഞ്ഞു:

"നിനക്ക് പ്രായത്തിൽ കവിഞ്ഞ നർമ്മബോധമുണ്ടെന്നു തോന്നു ന്നു. അതുകൊണ്ട് നീയും ഒരിക്കൽ ചെറിയകുഞ്ഞായിരുന്നുവെന്ന് നിന്നെ ഓർമ്മിപ്പിക്കാൻ തോന്നുന്നു."

അവൾ ചിരിച്ചു.

"അവിടെ മുത്തശ്ശൻ വിജയിച്ചു. മുത്തശ്ശനും ഒരിക്കൽ യുവാവായി രുന്നുവെന്ന് ഓർമ്മിപ്പിക്കാൻ കഴിയില്ലല്ലോ."

ഞാൻ നിശ്വസിച്ചു.

"ചിലപ്പോൾ ആർക്കുമതിനു കഴിഞ്ഞെന്നുവരില്ല. നഷ്ടപ്പെട്ട ബാല്യ ങ്ങൾക്ക് നക്ഷത്രങ്ങൾ മാത്രമേ സാക്ഷിയായിട്ടുണ്ടാവൂ. എന്റെ കാര്യം വിട്ടുകളയൂ. നിന്റെ കുട്ടിത്തത്തെപ്പറ്റി ഞാനൊരു കഥ പറയട്ടെ? നിനക്ക് ഇഷ്ടമാകുമോ എന്നെനിക്ക് അറിയില്ല. എന്നാൽ എനിക്കത് വലിയ ഇഷ്ട മാണ്."

"ശരി, പറയൂ."

അതൊരു ഫാൽഗുന മാസത്തിലാണെന്നു തോന്നുന്നു. നമ്മുടെ വാല്യക്കാരനായ മൊട്ടത്തലയൻ കാഷോരി ചട്ടോ കഴിഞ്ഞ ഏതാനും ദിവസങ്ങളായി നിനക്ക് രാമായണകഥ പറഞ്ഞു തരികയായിരുന്നു. ഒരു ദിവസം രാവിലെ ഞാൻ ചായയും കുടിച്ച് ന്യൂസ് പേപ്പർ വായിച്ചിരിക്കു മ്പോൾ നീ കണ്ണും തള്ളിപ്പിടിച്ച് എത്തി.

"എന്തു പറ്റി?"

ഞാൻ ചോദിച്ചു.

"എന്നെ തട്ടിക്കൊണ്ടുപോയി?"

നീ പറഞ്ഞു.

"ദൈവമേ, ആരാണാ കടുംകൈ ചെയ്തത്?" അതിനുള്ള ഉത്തരം നീ ആലോചിച്ചിരുന്നില്ല. നിനക്കു വേണമെങ്കിൽ രാവണനാണെന്നു പറ യാമായിരുന്നു. അത് അസത്യമാകുമെന്നതിനാൽ നീ അല്പം ശങ്കിച്ചു. നിന്നോടു പറഞ്ഞു കൊണ്ടിരുന്ന കഥയിൽ ഇന്നലെ രാവണൻ വധിക്ക പ്പെട്ടു കഴിഞ്ഞിരുന്നു. ഒറ്റത്തല പോലും ബാക്കിയുണ്ടായിരുന്നില്ല. രക്ഷ പ്പെടാൻ മറ്റു വഴികളില്ലാത്തതിനാൽ നീയിങ്ങനെ പറഞ്ഞു:

"അതൊരു രഹസ്യമായി സൂക്ഷിക്കാൻ അയാൾ പറഞ്ഞു."

"നീയൊരു പ്രശ്നം സൃഷ്ടിച്ചിരിക്കുന്നു. എങ്ങനെ നിന്നെയിനി രക്ഷ പ്പെടുത്തും. ഏതുവഴിക്കാണ് നിന്നെ കൊണ്ടുപോയത്?"

"അജ്ഞാത രാജ്യത്തിലൂടെ...."

"കിഷ്കിന്ധയായിരുന്നോ അത്?"

"അല്ല."

"ബുന്ദേൽ ഖന്ധാണോ?"

"അല്ല."

"അത് എങ്ങനത്തെ രാജ്യമായിരുന്നു?"

"അവിടെ പുഴകളും മലകളും മരങ്ങളുമുണ്ടായിരുന്നു. അതിന്റെ ചില ഭാഗങ്ങളിൽ അന്ധകാരമായിരുന്നു. മറുഭാഗത്ത് വെളിച്ചവും."

"അത് മറ്റ് രാജ്യങ്ങളുമായി വ്യത്യാസമുണ്ടാകുന്നില്ലല്ലോ. അവിടെ രാക്ഷസന്മാരെപ്പോലെയെന്തെങ്കിലും കണ്ടോ? തൂങ്ങിയാടുന്ന നാക്കും കുന്തവുമൊക്കെയായി."

"അതെയതെ. അയാൾ നാക്കുനീട്ടി കാണിച്ചിട്ട് മറഞ്ഞുപോയി."

"അയാൾ ആരുടെയെങ്കിലും വിരലുകൾക്കിടയിലൂടെ ചോർന്നുപോ യതുപോലുണ്ട്. അല്ലെങ്കിൽ ഞാനയാളുടെ മുടിയിൽ തൂക്കിയെടുത്തേനെ. അയാൾ എന്തിലാണ് വന്നത്? രഥത്തിലായിരുന്നോ?"

"അല്ല."

"കുതിരപ്പുറത്ത്?"

"അല്ല."

"ആനപ്പുറത്ത്?"

നീ പെട്ടെന്ന് പറഞ്ഞു.

"മുയലിന്മേലിരുന്ന്." ഈ ജന്തുവിനെപ്പറ്റിയുള്ള ചിന്ത നിനക്കുള്ളിൽ അപ്പോൾ നിറഞ്ഞുനിന്നിരുന്നു. കാരണം നിന്റെ പിറന്നാൾ സമ്മാനമായി നിന്റെ അച്ഛൻ നിനക്ക് ഒരു ജോഡി മുയലുകളെ വാങ്ങിത്തന്നിരുന്നു.

ഞാൻ പറഞ്ഞു.

"ഇപ്പോ മനസ്സിലായി, ആരാണു വില്ലനെന്ന്."

ഒരു കുസൃതിച്ചിരിയോടെ നീ പറഞ്ഞു.

"എന്നാൽ പറയൂ, ആരാണത്?"

"ഒരു സംശയവുമില്ല. ആ അമ്പിളിയമ്മാവൻ തന്നെ."

"എങ്ങനെ മനസ്സിലായി?"

"മുയലുകളെ സൂക്ഷിക്കുന്നത് മൂപ്പരുടെ പണ്ടേയുള്ള ശീലമാണ്."

"എവിടന്നാണവയെ കിട്ടുന്നത്?"

"നിന്റെ അച്ഛൻ കൊടുത്തതാവില്ല."

"പിന്നെയാര്?"

"ബ്രഹ്മാവിന്റെ മൃഗശാലയിൽ കടന്ന് മോഷ്ടിച്ചതാവും."

"നാണം കെട്ടവൻ."

"അയാൾ, പക്ഷേ, പാഠം പഠിച്ച ലക്ഷണമില്ല. മോഷണം തുടരുക
യാണ്. ഇപ്രാവശ്യം നിന്നെയാണെന്നുമാത്രം. ചെലപ്പോൾ അദ്ദേഹം
നിന്റെ കുഞ്ഞിക്കൈകൾ കൊണ്ട് മുയലിന് തീറ്റ കൊടുക്കുന്നത് കാണാൻ
കൊതിക്കുന്നുണ്ടാവും."

"അത് നിനക്ക് ഇഷ്ടപ്പെട്ടു."

എന്നെ പരീക്ഷിക്കാനായി നീ പറഞ്ഞു.

"ശരി. എങ്ങനെയാണ് അതിന്റെ ചുമലിൽ കയറ്റി എന്നെ കൊണ്ടു
പോയതെന്നു പറയൂ."

"നീ ഉറങ്ങിപ്പോയിട്ടുണ്ടാവും."

"ഉറങ്ങുമ്പോൾ ആളുകൾക്ക് ഭാരം കുറയുമോ?"

"പിന്നില്ലേ. ഞാൻ പറന്നു പോകാറുണ്ട്."

"ശരി തന്നെ. ഞാനും പറന്നുപോയി."

"പിന്നെ പ്രശ്നമെവിടെ! ഒരു മുയലിന് നിഷ്പ്രയാസം കഴിയും. ഒരു
പോക്കാച്ചി തവളയ്ക്കുപോലും നിന്നെയും ചുമന്ന് വയലിൽ കൂടെ നട
ക്കാനാകും."

"തവള! കേൾക്കുമ്പോഴേ തലചുറ്റുന്നു."

"പേടിക്കേണ്ട. ചന്ദ്രനിൽ തവളകൾ കുഴപ്പക്കാരല്ല."

"ഞാനൊന്നു ചോദിക്കട്ടെ. നീ നമ്മുടെ നാടോടിക്കഥയിലെ ഭയംഗ
മയെന്ന പക്ഷിയെ വഴിയിൽ കണ്ടില്ലേ."

"പിന്നില്ലേ."

"എങ്ങനെയുണ്ടായിരുന്നു?"

"അവൻ കാറ്റാടി മരത്തിൽനിന്നും പറന്നിറങ്ങി രണ്ടു കാലിൽ നിന്നു.
പുപ്പു വല്യേച്ചിയെ ചുമലിലേറ്റിപ്പോകാൻ ആർക്കുണ്ട് ധൈര്യം എന്നു
വിളിച്ചു ചോദിച്ചു. കേട്ടയുടനെ മുയൽ അവിടേക്കോടിയെത്തി. ഭയംഗമ
പ്പക്ഷി പിടിക്കാതിരിക്കാൻ അവൻ അതിവേഗത്തിലാണ് ഓടിയത്. അതിനു
ശേഷം എന്താണ് സംഭവിച്ചത്?"

"ഏതിനു ശേഷം?"

"മുയൽ എന്നെ കൊണ്ടുപോയശേഷം. പറയൂ എന്താണു സംഭവി
ച്ചത്."

"ഞാനെങ്ങനെ പറയും. നീയല്ലേ അതു പറയേണ്ടത്?"

"അതു കൊള്ളാം. ഞാനുറങ്ങിപ്പോയില്ലേ? പിന്നെങ്ങനെ ഞാൻ പറയും."

"നോക്ക്. അവിടെയാണു കുഴപ്പം. എനിക്കറിയില്ല നിന്നെ എവിടേ ക്കാണ് കൊണ്ടുപോയതെന്ന്. മേൽവിലാസം അറിയില്ലെങ്കിൽ ഞാൻ നിന്നെത്തിരഞ്ഞ് എങ്ങോട്ടുപോകും. ശരി. ഞാൻ ചിലത് ചോദിക്കട്ടെ. നിന്നെ വഴിയിൽ നിർത്തിയപ്പോൾ നീ മണിനാദം വല്ലതും കേട്ടുവോ?"

"ശരിയാണ്. ശരിയാണ്. അത് ഡിങ് ഡോങ് ഡിങ് ഡോങ് എന്നു ശബ്ദിച്ചു."

"മണിച്ചെവിയന്മാർ പാർക്കുന്നതിനടുത്തുകൂടെ ആ വഴി കടന്നുപോ യിട്ടുണ്ടാവണം."

"മണിച്ചെവിയനോ? അതെങ്ങനെയിരിക്കും?"

"അവയുടെ ഇരുചെവികളും മണികളാണ്. രണ്ടു വാലുകളിലും ചുറ്റിക ഘടിപ്പിച്ചിട്ടുണ്ടാവും. വാലുചുഴറ്റി അവ ആദ്യത്തെ ചെവിയിൽ ആദ്യം അടിക്കും. പിന്നെ മറ്റേ ചെവിയിലും. മണിച്ചെവിയന്മാർ രണ്ട് ഇന ത്തിൽപ്പെട്ടവയുണ്ട്. ഒന്ന് ക്രൗര്യ സ്വഭാവമുള്ളതാണ്. അവയുടെ മണി കൾ തിളക്കമുള്ളതും യുദ്ധകാഹളം മുഴക്കും പോലെ ശബ്ദിക്കുന്നതു മാണ്. മറ്റേ മണിച്ചെവിയന്റെ മണി മരണമണി മുഴങ്ങും പോലെയാണു ശബ്ദിക്കുന്നത്."

"മുത്തശ്ശൻ എപ്പോഴെങ്കിലും ആ മണിമുഴക്കങ്ങൾ കേട്ടിട്ടുണ്ടോ?"

"പിന്നില്ലേ! കഴിഞ്ഞ ദിവസം രാത്രി ഞാൻ പുസ്തകം വായിച്ചു കിടക്കുകയായിരുന്നു. അപ്പോൾ ഇരുട്ടിലൂടെ ആരോ നടന്നുപോകുന്നതു കണ്ടു. പന്ത്രണ്ടടിച്ചപ്പോൾ എനിക്ക് നിയന്ത്രിക്കാനായില്ല. ഞാൻ പുസ് തകം താഴെ വച്ച് ചാരുകസേരയിൽ നിന്നെഴുന്നേറ്റ് കിടക്കയിലേക്കോടി. തലയണയിൽ മുഖം പൂഴ്ത്തി കണ്ണുകൾ ഇറുക്കിയടച്ച് കിടന്നു."

"മണിച്ചെവിയന്മാർ മുയലുകളുമായി കൂട്ടാണോ?"

"വലിയ കൂട്ടുകാരാണവർ. സപ്തഋഷിമാരുടെ വീട്ടിലേക്ക് ക്ഷീര പഥത്തിലൂടെ പാഞ്ഞുപോകാൻ ഇവരുടെ മണിനാദമാണ് വഴികാട്ടുന്നത്."

"എന്നിട്ട്?"

"എന്നിട്ട് ആദ്യം ഒരു മണിമുഴങ്ങും. പിന്നീട് രണ്ട് എന്നിട്ട് മൂന്നു പിന്നീട് നാല്. ഒടുവിൽ അഞ്ച്. അഞ്ചു മുഴങ്ങുമ്പോൾ വഴിയവസാ നിക്കും."

"എന്നിട്ടോ?"

"എന്നിട്ട് അവൻ പ്രകാശങ്ങളുടെ നാട്ടിലെത്തിച്ചേരും. ഉറക്കത്തിന്റെ പുൽമേട്ടിനപ്പുറമാണാ നാട്. അതിനപ്പുറം ശൂന്യമാണ്."

"ഞാനും അവിടെ പോയിട്ടുണ്ടാവുമോ?"

"പോയിട്ടുണ്ടാവണം."

"അങ്ങനെയെങ്കിൽ ഞാൻ മുയൽപ്പുറത്തായിരിക്കുകയില്ല."

"അങ്ങനെങ്കിൽ നീയവന്റെ മുതുകൊടിച്ചിട്ടുണ്ടാവും."

"വീണ്ടും ഭാരം വച്ച കാര്യം ഞാനങ്ങുമറന്നു. എന്നിട്ട്?"

"എന്നിട്ട് ഞാൻ നിന്നെ രക്ഷിക്കും."

"തീർച്ചയായും രക്ഷിക്കണം. പക്ഷേ, എങ്ങനെ രക്ഷിക്കും?"

"അതാണു ഞാനും ആലോചിക്കുന്നത്. നമുക്ക് രാജകുമാരന്റെ സഹായം തേടിയാലോ?"

"എവിടന്നു കണ്ടെത്തും രാജകുമാരനെ?"

"ഇവിടത്തന്നെയുണ്ട്. നിന്റെ സുകുമാരനിൽ"

അപ്പോഴേക്കും നിന്റെ മുഖമിരുണ്ടു. കടുപ്പത്തോടെ നീ പറഞ്ഞു.

"മുത്തശ്ശന് അവനെ ഇഷ്ടമാണല്ലേ? അവൻ എപ്പോഴും പാഠം വായിച്ചു കേൾപ്പിക്കാൻ എല്ലാ വൈകുന്നേരവും വരും. അല്ലേ? അതാണ അവൻ കണക്കിന് എന്നേക്കാൾ മുന്നിലായത്."

അവൻ കണക്കിനു മെച്ചമാകാൻ മറ്റെന്തെങ്കിലും കാരണമുണ്ടാവു മായിരിക്കും. ഞാനാ വിഷയത്തിൽ കടിച്ചുതുങ്ങിയില്ല. പകരം ഇങ്ങനെ പറഞ്ഞു:

"അവനോടിഷ്ടമുണ്ടോ ഇല്ലയോ എന്നതല്ല ഇവിടെ പ്രശ്നം. അവ നൊരുവൻ മാത്രമാണ് ഇവിടെയുള്ള രാജകുമാരൻ."

"മുത്തശ്ശനെങ്ങനെയറിയാം?"

"എന്നോടല്പം ചില ഇടപാടുകൾക്കുശേഷം അവൻ തന്നെ ആ പദവിയിൽ അവനെ ഉറപ്പിച്ചു."

"നീയപ്പോൾ ദേഷ്യം കൊണ്ടുവിറച്ചു."

"അവൻ മുത്തശ്ശനോടു മാത്രമേ ഇടപാടുണ്ടാക്കാൻ വരു."

"എനിക്കെന്തു ചെയ്യാൻ പറ്റും? ഞാൻ അവനേക്കാൾ വളരെ പ്രായം ചെന്നയാളാണെന്ന കാര്യം അവൻ സമ്മതിച്ചു തരില്ല."

"അവനെയാണോ മുത്തശ്ശൻ രാജകുമാരനെന്നു വിളിക്കുന്നത്? ഞാനവനെ ജഡായു എന്നുപോലും വിളിക്കൂല്ല. രാജകുമാരൻ പോലും!"

"അല്പം ശാന്തയാകൂ കുഞ്ഞേ. നാം വലിയ അപകടത്തിലാണ് ചെന്നുപെട്ടിരിക്കുന്നത്. നീയെവിടെയാണെന്ന് നമുക്ക് ഒരു പിടിയുമില്ല. ഒരിക്കൽ, ഒരിക്കൽമാത്രം. അവൻ നിന്നെ വന്നു രക്ഷിക്കട്ടെ. അപ്പോൾ നമുക്കല്പം ആശ്വാസംകിട്ടും. അതിനുശേഷം നമുക്കവനെ അണ്ണാന്റെ പുറത്തു കയറ്റി ഓടിക്കാം. ഓടിച്ചോടിച്ച് പാലവും കെട്ടിടങ്ങളും കെട്ടാൻ വിടാം."

"എന്നെ രക്ഷിക്കാമെന്ന് അവൻ സമ്മതിച്ചതെങ്ങനെ? അവൻ പരീ ക്ഷയ്ക്കു പഠിക്കുകയല്ലേ?"

"അവൻ സമ്മതിക്കുമെന്ന പ്രതീക്ഷയുണ്ടെനിക്. കഴിഞ്ഞ ശനി യാഴ്ച ഞാനവന്റെ വീട്ടിൽപ്പോയി. അപ്പോൾ ഉച്ചതിരിഞ്ഞ് മൂന്നു മണി യായിട്ടുണ്ടാവും. അവൻ അമ്മയെ വെട്ടിച്ച് കത്തുന്ന വെയിലിൽ മട്ടുപ്പാ വിൽ ഉലാത്തുകയായിരുന്നു. ഞാൻ എന്താണു കാര്യമെന്നു വിളിച്ചു ചോദിച്ചു.

അവൻ തല ഉയർത്തിപ്പിടിച്ചു പറഞ്ഞു.

"ഞാനൊരു രാജകുമാരനാണ്."

"നിന്റെ വാളെവിടെ?"

ദീപാവലിക്കുശേഷം അവരുടെ മട്ടുപ്പാവിൽ പാതി കത്തിത്തീർന്ന വടി കിടപ്പുണ്ടായിരുന്നു. അവൻ അതെടുത്ത് വയറോടു ചേർത്ത് ഒരു നാട കൊണ്ടുകെട്ടി എന്നെ കാണിച്ചു.

ഞാൻ പറഞ്ഞു:

"ശരി വാളുണ്ട്. പക്ഷേ, എവിടെ നിന്റെ കുതിര?"

"അതു തൊഴുത്തിലാണ്."

എന്നിട്ടവൻ മട്ടുപ്പാവിന്റെ മൂലയിൽനിന്നും പൊളിഞ്ഞ ഒരു കുടയെ ടുത്തു. അതിനെ മുട്ടുകൾക്കിടയിൽ തിരുകി. എന്നിട്ടു വിളിച്ചു പറഞ്ഞു "എഴി കുതിരേ." അതിനുശേഷം അവൻ മട്ടുപ്പാവിൽ കുതിരപ്പുറത്തേറി ഓടിച്ചുപോയി. "അത്ഭുതക്കുതിര തന്നെ" ഞാൻ പറഞ്ഞു.

"അതിന്റെ ചിറകുകൾ കാണണോ?"

"വേണം."

അവൻ കുട നിവർത്തി. അതിലുണ്ടായിരുന്ന പൊടിപടലങ്ങൾ മട്ടു പ്പാവിൽ നിറഞ്ഞു. "അത്ഭുതകരം." ഞാൻ വിളിച്ചു കൂവി. അങ്ങനെ ചിറ കുള്ള ഒരു കുതിരയെ കാണാനുള്ള ഭാഗ്യം എനിക്കു ലഭിച്ചു.

"മുത്തശ്ശാ ഞാനിതാ പറക്കുന്നു. കണ്ണുകളടച്ചോളൂ. ഞാനിതാ മേഘ ങ്ങൾക്കിടയിൽ പ്രവേശിക്കുന്നു. ആ ഇരുളിൽ ഇപ്പോൾ മറയും."

"എനിക്കു കണ്ണുകളടയ്ക്കേണ്ട കാര്യമില്ല. എല്ലാമെനിക്കു വ്യക്ത മായി. നീ ഉയർന്നു പറക്കുന്നു. നിന്റെ ചിറകുകൾ മേഘങ്ങൾക്കിടയി ലാണ്."

"മുത്തശ്ശാ. എന്റെ കുതിരയ്ക്കൊരു പേരു നല്കൂ."

"ഛത്രപതി." ഞാൻ പറഞ്ഞു.

അവൻ കുതിരയ്ക്കുവേണ്ടി മറുപടി നല്കി.

"ശരി സർ."

എന്നിട്ടവൻ എന്റെ മുഖത്തേക്കു നോക്കി പറഞ്ഞു.

"മുത്തശ്ശൻ കരുതിയോ ഞാൻ ശരി സാർ എന്നു പറഞ്ഞെന്ന്. ഞാനല്ല. കുതിരയാണങ്ങനെ പറഞ്ഞത്."

"അത് എടുത്തു പറയണോ? ഞാൻ ചെകിടനൊന്നുമല്ല."

രാജകുമാരൻ പ്രഖ്യാപിച്ചു.

"ഛത്രപതീ, നാം ഇവിടിരുന്നു മടുത്തു."

അവന്റെ വായിൽനിന്നു തന്നെ മറുപടി വന്നു.

"എന്താണങ്ങയുടെ ഉത്തരവ്."

"നമുക്ക് തെപാന്തര കടക്കണം."

"ഞാൻ തയ്യാറാണു പ്രഭോ."

എനിക്ക് ഏറെ നേരം നില്ക്കാനായില്ല.

ചെയ്തുതീർക്കാൻ ഏറെ ജോലിയുണ്ടായിരുന്നു.

ഈ തമാശയ്ക്ക് ഒരു അന്ത്യം കാണുകയും വേണം.

"രാജകുമാരാ അങ്ങയുടെ ട്യൂഷൻ അദ്ധ്യാപകൻ എത്തിക്കഴിഞ്ഞു. ഞാൻ അതു കണ്ടിരിക്കുന്നു. അദ്ദേഹം കോപിഷ്ടനാണ്."

രാജകുമാരൻ അസ്വസ്ഥനായി. കുടയിൽ തട്ടി അവൻ പറഞ്ഞു.

"നിനക്ക് എന്നെയുംകൊണ്ട് പറന്നൂടേ?"

ഞാനാ പാവം കുതിരയ്ക്കുവേണ്ടി സംസാരിച്ചു.

രാത്രിയാവാതെ അവനു പറക്കാനാവില്ല. പകൽ നേരത്ത് അവന് കുടയാകാനേ കഴിയൂ. നീ ഉറക്കമായുടൻ അവൻ ചിറകുകൾ വിരിക്കാൻ തുടങ്ങും. ഇപ്പോൾ ട്യൂഷനു പോകുന്നതാണു നല്ലത്. അല്ലെങ്കിൽ പ്രശ്ന മുണ്ടായേക്കും.

സുകുമാരൻ ട്യൂഷൻ ക്ലാസിലേക്കു പോയി. പോകുന്നതിനുമുമ്പ് അവൻ താക്കീതു നല്കി.

"ഞാനിതുവരെ മുത്തശ്ശനോടു സംസാരിച്ചുപോലുമില്ല."

"സംസാരം എപ്പോഴെങ്കിലും നിലച്ചാൽ പിന്നെ അതിലെന്തു രസം?" ഞാൻ ചോദിച്ചു.

"അഞ്ചുമണിക്ക് എന്റെ ക്ലാസു തീരും. മുത്തശ്ശൻ അപ്പോൾ വരുമോ?"

"മൂന്നാം പാഠ പുസ്തകം പഠിച്ചതിനുശേഷം ഞാനൊരൊന്നാം തരം കഥ പറഞ്ഞുതരാം."

"ഞാൻ വരും." ഞാനവനു വാക്കു കൊടുത്തു.

പതിനൊന്ന്

ട്രാം വരുന്നതും കാത്തിരിക്കുന്ന ട്യൂഷൻ മാസ്റ്ററെ ഞാൻ കണ്ടു. സുകുമാരന്റെ വീട്ടിൽ വീണ്ടുമെത്തുമ്പോൾ അഞ്ചുമണി കഴിഞ്ഞിരുന്നു. എതിർവശത്തുള്ള മൂന്നുനില മന്ദിരം അന്തിവെയിലേറ്റ് തിളങ്ങി. മുകളി ലേക്കുള്ള പടവുകളിലൊന്നിൽ അവൻ നിശ്ശബ്ദനായി ഇരിക്കുന്നതു കണ്ടു. മട്ടുപ്പാവിന്റെ ഒരു മൂലയിൽ ചത്രപതി വിശ്രമിക്കുന്നു. ഞാൻ പട വുകൾ കയറി വരുന്നതിന്റെ ശബ്ദം അവന്റെ ചെവിയിലെത്തിയില്ല. അല്പനിമിഷങ്ങൾ കഴിഞ്ഞു.

"പ്രിൻസ്."

ഞാൻ വിളിച്ചു.

സ്വപ്നത്തിൽ നിന്നെന്നപോലെ അവൻ എഴുന്നേറ്റു.

"എന്താണിത്ര കടുത്ത ആലോചന?"

"ആ തത്തയും അതിന്റെ ഇണയും."

"എവിടെ, അവ."

"മരങ്ങൾ തിങ്ങിയ ആ കുന്നിൻ മുകളിൽ ശിഖരങ്ങളിൽ പൂക്കൾ നിറഞ്ഞിരിക്കുന്നു. മഞ്ഞയും ചുവപ്പും നീലയും. സായാഹ്ന മേഘങ്ങൾ പോലെ. ശിഖരങ്ങളുടെ ആഴങ്ങളിൽനിന്നും അവയുടെ ശബ്ദം കേട്ടു."

"നിനക്കവയെ കാണാം. അല്ലേ?"

"കാണാം. പക്ഷേ, ഭാഗികമായി മാത്രം. ഇലകൾക്കിടയിൽ മറഞ്ഞി രിക്കയാണവ."

"അവയെന്താണു പറയുന്നത്?"

ഇത് നമ്മുടെ രാജകുമാരനെ വിഷമത്തിലാക്കി. തീർച്ചയില്ലാതെ അവൻ പറഞ്ഞു.

"മുത്തശ്ശൻ തന്നെ പറയൂ, അവയെന്താണു പറയുന്നതെന്ന്."

"എന്തിന്? എനിക്കവ പറയുന്നതെല്ലാം വ്യക്തമായി കേൾക്കാമല്ലോ. അവ തർക്കിക്കുകയാണ്."

"എന്തിനെപ്പറ്റി?"

'തത്ത പറയുകയാണ് ഞാനിപ്പം പറന്നുപോവും'

അവന്റെ ഇണ ചോദിക്കുന്നു 'എങ്ങോട്ടേക്ക്?'

തത്ത അപ്പോൾ പറഞ്ഞു: 'പറവകളല്ലാതെ മറ്റൊന്നുമില്ലാത്ത ഒരിട ത്തേക്ക്. നീയും എന്നോടൊപ്പം വരും.' എന്നാൽ അവന്റെ ഇണ എതിർ ക്കുന്നു.

'ഞാനീ വനത്തെ സ്നേഹിക്കുന്നു. വൃക്ഷശിഖരങ്ങളെ ചുറ്റിനി ല്ക്കുന്ന റോസാപ്പൂക്കളെയും. മുകളിലേക്കു മുകളിലേക്കു കയറിച്ചെന്നാൽ കാണാവുന്ന ആലിൻപഴങ്ങളെയും. പട്ടുപരുത്തിപ്പൂവുകൾ വനത്തിൽ വിടർന്നുവരുമ്പോൾ കാക്കകൾക്കൊപ്പം എനിക്കതിൽനിന്നും മധുനുകര ണം. രാത്രി ഇവിടെ പുളിമരക്കൊമ്പിൽ തീപ്പട്ടു പുതയ്ക്കുന്ന മിന്നാമി നുങ്ങുകളെ കാണാം. മഴക്കാലത്ത് പെരുമഴ പെയ്യുമ്പോൾ തെങ്ങുകൾ കാറ്റിലാടി പരസ്പരം തൊടുന്നതുകാണാം. നിന്റെയാകാശത്ത് എന്താണ് ഒരാൾക്കു കാണുവാനാകുക? തത്ത പറയുന്നു. എന്റെ ആകാശത്ത് രാപ്പ കലുകൾ വന്നുപോകുന്നു. പാതിരാത്താരകങ്ങളെയും കടന്നുപോകുന്ന മന്ദമാരുതനെയും അവൾ പേറുന്നു. പിന്നെയീ അനന്തമായ ശൂന്യത. അതുമാത്രം മതി.'

സുകുമാരൻ ചോദിച്ചു.

"മുത്തശ്ശാ എന്തുകൊണ്ടവിടം ശൂന്യമാകുന്നു?"

"ഈ ചോദ്യം തന്നെയാണ് ആ ഇണയും ചോദിക്കുന്നത്."

"അതിന് തത്ത എന്തു മറുപടി പറഞ്ഞു?"

"തത്ത പറയുന്നത്, ആകാശത്തിന്റെ ഏറ്റവും വലിയ നിധി ഈ ശൂന്യത തന്നെയാണെന്നാണ്. ഈ ശൂന്യത തന്നെയാണ് പുലരിയിലേ ക്കെന്നെ ഉണർത്തുന്നത്. ഈ ശൂന്യതയിലാണ് നീലാകാശത്ത് വർണ്ണ വിസ്മയങ്ങളൊരുക്കുന്നത്. മാഘമാസാന്ത്യത്തിലാണ് മൂടുപടമണിഞ്ഞ തേനീച്ചക്കൂട്ടങ്ങളെ ക്ഷണിച്ചുകൊണ്ടുള്ള സന്ദേശങ്ങൾ പ്രവഹിക്കുന്നത്. ആ സന്ദേശങ്ങൾ കേട്ട് തേനീച്ചകൾ ആനന്ദനൃത്തമാടും."

ആവേശം മൂത്ത് സുകുമാരൻ എഴുന്നേറ്റു.

"ഈ അനന്ത ശൂന്യമായ പന്ഥാവിലൂടെ ഞാനെന്റെ കുതിരകളെ പറപ്പിക്കും." അവൻ പ്രഖ്യാപിച്ചു.

"തീർച്ചയായും ആ മാന്ത്രികപ്പാടത്താണ് പുപ്പു വല്യേച്ചിയുടെ തട്ടി ക്കൊണ്ടുപോകൽ തുടങ്ങിയതും ഒടുങ്ങിയതും."

സുകുമാരൻ മുഷ്ടി ചുരുട്ടി.

"ഞാനതിലൂടെ അവളെ കൊണ്ടുവരുമെന്ന് പ്രതിജ്ഞ ചെയ്യുന്നു."

"നീ കണ്ടില്ലേ പുപ്പു വല്യേച്ചീ നമ്മുടെ രാജകുമാരൻ തയ്യാറായി

ക്കഴിഞ്ഞത്. ഇനി ഒട്ടും വൈകുകയില്ല. അവനിതാ മട്ടുപ്പാവിൽനിന്ന് ചിറ കുകൾ പരിശോധിക്കുന്നു."

"നീ ചൂടായി."

"അതിന്റെ ആവശ്യമില്ല."

"നീയിതെന്താണു പറയുന്നത്? ഈ മാരകമായ അപകടത്തിൽ നിന്നും നീ രക്ഷപ്പെട്ടില്ലെങ്കിൽ നമുക്കെങ്ങനെ മനസ്സമാധാനം കിട്ടും?"

"എന്നെയെപ്പോഴേ രക്ഷപ്പെടുത്തിക്കഴിഞ്ഞു."

"എപ്പോൾ?"

"മുത്തശ്ശൻ അതു കേൾക്കുന്നില്ലേ? അല്പസമയം മുമ്പ് ഒരു മണി ച്ചെവിയൻ എന്നെ മുത്തശ്ശനു മടക്കിത്തന്നു."

"അതെപ്പോ?"

"അവന്റെ മണിയിൽ ഇപ്പോ ഒമ്പതു മുഴങ്ങിയതേയുള്ളൂ."

"അവൻ എങ്ങനത്തെ മണിച്ചെവിയനായിരുന്നു?"

"ഏറ്റവും ക്രൗര്യമുള്ളവൻ. ഇപ്പത്തന്നെ സ്കൂളിൽ പോവാൻ നേരമാ യിക്കാണും. അതാണ് അവന്റെ മണി ഇത്ര ഭീകരമായി മുഴങ്ങിയത്."

ആ കഥ അങ്ങനെ മുറിഞ്ഞു. ഇനി മറ്റേതെങ്കിലും രാജകുമാരനെ കണ്ടെത്തണം. ഇത് ഗണിതത്തിലേതുപോലെ കൂട്ടിച്ചേർക്കലും എടുത്തു മാറ്റലുമല്ലല്ലോ. ക്ലാസിലെ ഏറ്റവും മിടുക്കനായ കുട്ടി തെപാന്തരിലെ പാടം താണ്ടുമെന്ന് നിങ്ങൾക്ക് ചിന്തിക്കാനേ ആവില്ല. താമരക്കുളത്തിനു താഴെ വിഹരിക്കുന്ന ആയിരക്കണക്കിനു വരുന്ന ചീവീടുകളെ പിടികൂടാൻ ഞാൻ തീരുമാനിച്ചു കഴിഞ്ഞിരുന്നു. അവ പറ്റത്തോടെ അമ്പിളിയമ്മാവന്റെ നിദ്രാ ബംഗ്ലാവിന്റെ പടിഞ്ഞാറേ ജാലകത്തിനരികിലൂടെ പറന്നു പോകും. പിന്നെ, നിന്റെ പുതപ്പു പിടിച്ചു വലിക്കും. എന്നിട്ട് മെല്ലെ നിന്നെ അതി ലേക്കിറക്കിക്കിടത്തും. അവയുടെ മുരളൽ അമ്പിളിയമ്മാവന്റെ കാവൽ ക്കാരെ ഉറക്കത്തിലേക്കാഴ്ത്തും. ഞാൻ ടോർച്ചുധാരികളായ ഒരു കൂട്ടം മിന്നാമിനുങ്ങുകളെ വഴിതെളിക്കാനായി അയക്കും. മുളങ്കാടുകൾക്കിടയി ലൂടെ ചീവീടുകൾ നിന്നെ കൊണ്ടുപോകും. താഴെ വീണുകിടക്കുന്ന കരിയിലകൾ നിശ്വസിക്കും. തെങ്ങോലകൾ പരസ്പരമുരഞ്ഞ് ഭയചകി തരാകും. സുഗന്ധവാഹിയായ കടുകുപാടത്തെത്തുമ്പോൾ ഓർക്കണം നീ ത്രിപർണ്ണിഘട്ടിലെത്തിയെന്ന്. ഞാൻ ഗംഗാ മാതാവിന്റെ സ്വന്തം മക രമത്സ്യത്തെ ഒരിടങ്ങഴി നെല്ലും നല്കി പ്രലോഭിപ്പിച്ച് അതിന്റെ ചുമലിൽ നിന്നെ ഏറ്റും. അതിന്റെ വാൽച്ചലനത്താൽ വെള്ളത്തിൽ ഓളങ്ങളു ണ്ടാവും. വാല് ഇടത്തും വലത്തും ചലിപ്പിച്ച് അതു മുന്നോട്ടു കുതിക്കും രാത്രിയുടെ മൂന്നാം യാമത്തിൽ കുറുക്കന്മാർ കരയിലിരുന്ന് 'ആരാണാ പോകുന്നതെന്ന്' ഓരിയിടും. 'ആരുമില്ല. മിണ്ടാതിരിക്കെന്ന്' ഞാനവ യോടു പറയും. മൂങ്ങകളും വാവലുകളുമായി ഞാൻ ചില രഹസ്യധാര ണകളിൽ എത്തിച്ചേർന്നിരുന്നു. നാലാംയാമത്തിൽ പ്രഭാതം പൊങ്ങി വിടർന്നു. പടിഞ്ഞാറെ ചക്രവാളത്തിനറ്റത്ത് വെള്ളിനക്ഷത്രം പൊലിഞ്ഞു.

കിഴക്കേ മാനത്ത് പ്രകാശത്തിന്റെ മിന്നൽപ്പിണരുകൾ വീശി. പുലരിയുടെ ചുണ്ടുവിരലിൽ സ്വർണ്ണമോതിരം തിളങ്ങി. അത് പ്രഭാതത്തിന്റെ വരവിനെ കുറിച്ചു.

പുപ്പു മെല്ലെ പുഞ്ചിരിതൂകി.

അവൾ പറഞ്ഞു:

"എന്റെ കുട്ടിത്തത്തെപ്പറ്റിപ്പറഞ്ഞ ഈ കഥയിൽ ഇങ്ങനെ കാര്യ ങ്ങൾ വളച്ചൊടിച്ചതിൽനിന്ന് എന്തു സന്തോഷമാണ് മുത്തശ്ശന് ലഭിക്കു ന്നത്? ഞാനൊരു അസൂയക്കാരിയാണെന്നു സ്ഥാപിക്കാനുള്ള തിടുക്ക ത്തിലായിരുന്നു നിങ്ങൾ. സുകുമാരേട്ടന് ഞാൻ പഴുത്ത അമ്പഴങ്ങ രഹ സ്യമായി പറിച്ചുകൊടുത്തതിന്. അവന് അത് വലിയ ഇഷ്ടമായിരുന്നു – ഞാൻ വെറുതെ ശിക്ഷ ഏറ്റുവാങ്ങി. അവനോ ആ പഴം തിന്നു. നിങ്ങൾ ബോധപൂർവ്വം ആ ഭാഗം വിട്ടുകളഞ്ഞു. ശരിയല്ലേ? കണക്കുകൂട്ടാൻ സുകു മാരേട്ടന് മിടുക്കുണ്ട്. എന്നാലവൻ 'ധ്യാന'ത്തിന്റെ അർത്ഥമറിയാതെ കുഴ ങ്ങിയ കാര്യം എനിക്കറിയാം. ഞാൻ അതെന്റെ സ്ലേറ്റിൽ എഴുതി രഹ സ്യമായി അവന് കാട്ടിക്കൊടുത്തു. ഇതിനൊന്നും നിങ്ങടെ കഥയിൽ ഇടം കിട്ടിയില്ല."

ഞാൻ മറുപടി നല്കി.

"നീ സുകുമാരനോടുള്ള അസൂയ കാരണം അവന്റെ രാജകുമാര പ്പട്ടം അംഗീകരിക്കാൻ വിസമ്മതിച്ചു എന്നതല്ല എന്നെ നോവിപ്പിച്ചത്. അവന് എന്നോടുള്ള സ്നേഹമാണ് നിന്നെ അസൂയ പിടിപ്പിച്ചത്. അത് ഞാനാലോചിക്കുമ്പോഴെല്ലാം എന്നെ സന്തോഷവാനാക്കി."

"അതു നന്നായി. നിങ്ങടെ പൊങ്ങച്ചം അങ്ങ് കൈയിൽ വച്ചാൽ മതി."

"ഞാനൊന്നു ചോദിക്കട്ടെ. നിങ്ങൾ സൃഷ്ടിച്ച ആ പേരില്ലാ മനു ഷ്യന്, നിങ്ങൾ 'അയാൾ' എന്നു പേരിട്ടയാൾക്ക്, എന്തുപറ്റി?"

"അയാൾക്കു വയസ്സായി"

"അതു നന്നായി."

"അയാളൊരു ചിന്തകനായി. തലയിൽ കടന്നൽകുത്തിയതുപോലെ യാണെപ്പോഴും. അവനെ വാദിച്ചു തോല്പിക്കാനെനിക്കാവില്ല."

"അയാൾക്ക് എന്തായാലും പുരോഗതിയുണ്ട് എന്നെപ്പോലെ."

"അതു ശരിയായിരിക്കും. എന്നാൽ 'ആകാശ' കഥയുടെ എല്ലാ പരി ധിയും വിട്ടു. ചിലപ്പോളയാൾ കൈമുറുക്കി പ്രഖ്യാപിക്കും.

എനിക്ക് കുറച്ചുകൂടി കടുപ്പക്കാരനാകണം."

"അതിനയാളെ അനുവദിക്കൂ. ഇപ്രാവശ്യം ശക്തമായൊരു രൂപരേഖ ക്കുമേൽ ശക്തമായൊരു കഥ പിറക്കട്ടെ. നമുക്കത് തിന്നിറക്കാനായില്ലെ ങ്കിൽ ചവയ്ക്കുകയെങ്കിലും ആവണമല്ലോ? ചിലപ്പോൾ അതെനിക്ക് ഇഷ്ടമായെന്നുവരും."

"ഞാനിത്രയും കാലം 'അയാളെ' നിശ്ശബ്ദനാക്കി. കാരണം നിന്റെ

ബുദ്ധിപ്പല്ല് മുളയ്ക്കാത്തതിനാൽ അയാളെ കൈകാര്യം ചെയ്യാൻ നിനക്കു കഴിയില്ലെന്നു കരുതി.”

“അമ്പോ. നിങ്ങടെ പേടി എന്നെ ചിരിപ്പിക്കുന്നു. എനിക്കു പ്രായമാ കാത്തതിനാൽ നിങ്ങളയാളെ മാറ്റി നിർത്തി!”

“ദൈവമേ! എന്റെ കടുത്ത ശത്രുക്കൾ പോലും എന്നെയിങ്ങനെ അപ മാനിക്കില്ല.”

“എങ്കിൽ അയാളെ നിങ്ങടെ മുറിയിലേക്കു വിളിക്കൂ. എനിക്കയാ ളുടെ ഇപ്പോഴത്തെ മനോനില അറിയണം.”

“എന്നാലങ്ങനെയാകട്ടെ.”

പന്ത്രണ്ട്

"ആ കുരങ്ങൻ 'അയാൾ' എവിടെപ്പോയി? എവിടെയാണെങ്കിലും ഉടൻ എന്റെ മുന്നിൽ എത്തിക്കൂ." ഞാൻ ജാഗ്രുവിനോടു പറഞ്ഞു. റോസാ ച്ചെടിയുടെ ഒരു കൂർപ്പിച്ച കമ്പുമായി അയാളെത്തി. കാലുകൾക്കിടയി ലൂടെ മുണ്ട് മടക്കി ചുറ്റിയിരുന്നു. അയാൾ മുട്ടുവരെയെത്തുന്ന കറുത്ത കമ്പിളി സോക്സും കൈയില്ലാത്ത പച്ചനിറത്തിലുള്ള യൂറോപ്യൻ വേസ്റ്റ് കോട്ടും അതിനുള്ളിൽ ചുവന്നൊരു കുപ്പായവും ധരിച്ചിരുന്നു. തലയിൽ പഴയൊരു റഷ്യൻ തൊപ്പി ചൂടിയിരുന്നു. കീറത്തുണിക്കഷണംകൊണ്ട് ഇടത്തേ തള്ളവിരൽ വരിഞ്ഞു കെട്ടിയിരുന്നു. ഏതോ പിടിവലി നടന്ന തിന്റെ ലക്ഷണം കാണാം. കാലിൽ ധരിച്ചിരുന്ന തടിയൻ ബൂട്ടിന്റെ ശബ്ദം ദൂരെനിന്നേ കേൾക്കാനാകും. കരിവണ്ടുപോലുള്ള പുരികങ്ങൾക്കു കീഴിൽ പാതിവഴിയിൽ നിശ്ചലമായ വെടിയുണ്ട പോലുള്ള കണ്ണുകൾ നിലകൊണ്ടു.

"എന്തുവേണം?" വന്നയുടൻ അയാൾ ചോദിച്ചു.

"പല്ലിനു ബലം കിട്ടാൻ ഞാൻ വരുത്ത നിലക്കടല ചവയ്ക്കുകയാ യിരുന്നു. എന്തിനു പറയണം, നിങ്ങളുടെ ജാഗ്രു സൈ്വരം തരണ്ടേ? ബാബുവിന്റെ കണ്ണുകൾ ചുവന്നിരിക്കുന്നു. നമുക്കുടൻ ഒരു ഡോക്ടറെ കാണേണ്ടിവരുമെന്നാണവൻ വിളിച്ചു കുവിയത്. ഞാൻ ഉടൻ ഒരു കുപ്പി ഗോമൂത്രവുമായി ഓടിയെത്തുകയായിരുന്നു. ഒരു വാഴപ്പൂപ്പോളയിൽ എടുത്ത് കണ്ണിലേക്കിറ്റിക്കൂ. ആ ചുവപ്പെല്ലാം പടി കടക്കും."

"നീയിവിടെയുള്ളിടത്തോളം കാലം എന്റെ കണ്ണിലെ ചുവപ്പു മാറാൻ പോകുന്നില്ല. നിന്റെ പരിസരവാസികളെല്ലാം രാവിലെ മുതൽ എന്റെ പടി വാതില്ക്കൽ സത്യഗ്രഹമിരിക്കുകയാണ്."

ഞാൻ തിരിച്ചടിച്ചു.

"അങ്ങ് എന്തിനാണിത്ര പരവശനാകുന്നത്?"

"നീ അടുത്തുള്ളിടത്തോളം കാലം എനിക്ക് പരവശനാകാതിരിക്കാ നാകുമോ? ആ കൻസാരി മുൻഷിയുണ്ടല്ലോ. കണ്ടാൽത്തന്നെ അപശ കുനം വരുത്തുന്നവൻ. അവൻ നിന്റെ കൂരയ്ക്കു മുകളിൽ കയറിയിരുന്ന് കുഴലൂതുന്നതായി കേട്ടല്ലോ. നീ കഞ്ചാവടിച്ച് ബീഭത്സമായ ശബ്ദമുണ്ടാ ക്കിയെന്നും കേട്ടു. എന്താ അത് വരാൻ പോകുന്നതിന്റെ റിഹേഴ്സലാ യിരുന്നോ? ആ മാന്യന്മാർ ആവശ്യപ്പെടുന്നതെന്താണെന്നറിയാമോ? ഒന്നു കിൽ നിന്നെ അവിടന്നു തുരത്തണം അല്ലെങ്കിൽ അവരെല്ലാം താമസം മാറിപ്പോകും."

അവൻ ഉത്സാഹത്തോടെ പറഞ്ഞു.

"അപ്പോഴതു ശരിയാണ്."

"എന്ത് ശരിയാണെന്ന്?"

"പരിപൂർണ്ണ താളരാഹിത്യവും അതുല്യമായ ആവേശവും ചേർ ന്നാൽ അത് ഒരു ഡൈനാമിറ്റ് പൊട്ടുംപോലെയാവും. ഈ കോലാഹല ത്തിന്റെ ആഴങ്ങളിൽനിന്നും മഹാ ഊർജ്ജപ്രവാഹമുണ്ടാവും. സമാധാ നവും ഉറക്കവും അയൽപക്കങ്ങളിൽനിന്നും പറന്നകന്നു. എവിടെയും മനുഷ്യർ ഓടിപ്പോകാനുള്ള തയ്യാറെടുപ്പിലാണ്. ഈ കൂട്ടക്കുഴപ്പത്തിൽ നിസ്സംശയമായും എന്തോ പൈശാചികത അടങ്ങിയിട്ടുണ്ട്. അങ്ങ് സ്വർഗ്ഗ ത്തിലിരിക്കുന്നവർക്കുപോലും ഒരു ദിവസം അതിന്റെ പ്രത്യാഘാതം മന സ്സിലായി. അവർ പാതി മിഴികളടച്ച് അമൃത് നുകർന്നിരിക്കുകയായിരുന്നു. ഗന്ധർവ്വന്മാർ തമ്പുരുവിൽ വസന്തരാഗമാലപിച്ചു. അപ്സരസുകൾ അതി നൊത്ത് നൃത്തച്ചുവടുകൾ വച്ചു. കാൽച്ചിലങ്കകൾ എമ്പാടും മുഴങ്ങി. അപ്പോൾ നരകത്തിലെ പ്രധാന പ്രേതാലയത്തിലെ നീല വെളിച്ചത്തിൽ മൂന്നു യുഗങ്ങളായി നിദ്രാവസ്ഥയിലായിരുന്ന പിശാചുക്കൾ, തിമിംഗലം പെട്ടെന്ന് വാലു ചലിപ്പിക്കും പോലെ, ശബ്ദം കോലാഹലമുണ്ടാക്കി. അങ്ങനെ ഒരുനാൾ ശനി കലിയുഗത്തിലേക്ക് കടന്ന്, അലറി വിളിക്കുന്ന പിശാചുക്കളോട് തട്ടുംമുട്ടുമായി മാലാഖമാരിലേക്കു പ്രവേശിക്കാൻ അട യാളം കാട്ടി. തിളച്ച എണ്ണയിലേക്ക് മുട്ടക്കൂണുകൾ ഇടുമ്പോൾ ഉണ്ടാ കുംപോലെ താളരാഹിത്യം അവിടെ നടമാടി. ദൈവങ്ങൾ ഭയചകിത രായി ബ്രഹ്മാവിന്റെ ഭാര്യയുടെ അന്തഃപുരത്തിലേക്ക് ഓടിക്കയറി. അവർ മുത്തശ്ശാ മുത്തശ്ശാ എന്നു നിലവിളിക്കുന്നുണ്ടായിരുന്നു. ഇനി ഇതിൽ കൂടുതലൊന്നും ഞാൻ പറയേണ്ടതില്ലല്ലോ. എനിക്കറിയാം അങ്ങേക്ക് ഇക്കഥകളൊക്കെ അറിയാമെന്ന്."

"നിന്റെ കഥ എന്റെ അജ്ഞത വെളിവാക്കി."

"ദാദാ... അങ്ങയുടെ അറിവ് പുസ്തകങ്ങൾ വഴിയുള്ളതാണ്. യഥാർത്ഥ കാര്യങ്ങൾ അങ്ങയുടെ ചെവികളിൽ കയറ്റുകയില്ല. ഞാൻ ശ്മശാനങ്ങളിലലഞ്ഞ് അത്യപൂർവ്വമായ ജ്ഞാനം കൈവരിച്ചിട്ടുണ്ട്. പല്ലി ല്ലാത്ത എന്റെ ഗുരുവിൽനിന്നും താളരാഹിത്യത്തിന്റെ രഹസ്യം മനസ്സി

ലാക്കി. പലനാളുകളിൽ അദ്ദേഹത്തിന്റെ പാദങ്ങളിൽ എണ്ണയിട്ടു തിരു
മ്മിയ ശേഷമാണതു ലഭിച്ചത്."

"താളരാഹിത്യത്തിന്റെ തത്ത്വങ്ങൾ സ്വായത്തമാക്കാൻ നീ ഏറെ
സമയമെടുത്തിട്ടുണ്ടാവില്ല. അവകാശങ്ങളുടെ വിഭജനത്തിൽ ഞാൻ വിശ്വ
സിക്കുന്നു."

"ദാദാ.... അതാണെന്റെ അഭിമാനം. ആണായി പിറന്നതു കൊണ്ടു
മാത്രം ഒരുവൻ ആണാവുന്നില്ല. അതിനുവേണ്ട ബുദ്ധിയുണ്ടാവണം. ഒരു
നാൾ ഞാനെന്റെ ഗുരുവിന്റെ ഭീഭത്സമായ ദൈവീക ചുണ്ടുകളിൽ
നിന്നും..."

"ഗുരുക്കന്മാരുടെ ചുണ്ടുകൾ അനുഗൃഹീതങ്ങളാംവിധത്തിൽ മനോ
ഹരങ്ങളാണെന്നാണല്ലോ പറയാറ്.... നീയതിനെ ബീഭത്സമാം വിധം
ദൈവീകമെന്നു പറയുന്നു!"

"അതെന്റെ ഗുരുവിന്റെ വെളിപ്പെടുത്തലുകളാണ്. മനോഹര വദന
ങ്ങൾ ദുർബ്ബലങ്ങളാണ്, സ്ത്രൈണമാണ്. ബീഭത്സതയാണ് ആണത്തം.
ആകർഷണത്തിലല്ല വികർഷണത്തിലാണ് അതിന്റെ ശക്തി. ശരിയല്ലേ?"

"നിർബ്ബന്ധത്തിനു മുന്നിൽ സമ്മതിക്കേണ്ടിവരുന്ന ഒരു നിർഭാഗ്യ
ജീവിക്ക് മറിച്ച് ചിന്തിക്കാനാവുമോ?"

"അങ്ങയുടെ മധുരം പുരട്ടിയ വാക്കുകൾ അങ്ങയെ മടിയനാക്കി,
ദാദാ, കഠിന യാഥാർത്ഥ്യങ്ങൾ അങ്ങേക്ക് ദഹിക്കില്ല. അങ്ങ് 'നല്ല രുചി'
യായി കരുതുന്ന ദൗർബല്യങ്ങളിൽനിന്നും പുറത്തു കടക്കണം. ബീഭ
ത്സതയെ നേരിടാനുള്ള ത്രാണിയില്ല അങ്ങേക്ക്..."

"ശക്തിയിൽനിന്നും മോചിതമാകുന്നതിനേക്കാൾ എത്രയോ പ്രയാ
സകരമാണ് ദൗർബല്യങ്ങളിൽനിന്നും മോചിതരാകാൻ. താളരാഹിത്യ
ത്തിന്റെ തത്ത്വങ്ങളെപ്പറ്റി നിന്റെ ഗുരു പറഞ്ഞതെന്താണെന്നു പറയുവാ
നാണല്ലോ നീ തുടങ്ങിയത്. അതു പറയൂ."

"പ്രാചീനകാലം തൊട്ടുള്ള വിശദീകരണമാണ് ഗുരുവിന്റേത്.
അദ്ദേഹം പറഞ്ഞു, മനുഷ്യനെ സൃഷ്ടിക്കാൻ തുടങ്ങുന്നതിനുമുമ്പ്
ബ്രഹ്മാവ് തന്റെ നാലു തലകളിൽ ക്ഷൗരം ചെയ്തു മിനുക്കിയ മുൻവശ
ത്തുള്ള രണ്ടു മുഖങ്ങളിൽ നിന്നും മധുരതരമായ ധ്വനി പുറപ്പെടുവിച്ചു.
'രെ' യിൽ മെല്ലെ തുടങ്ങി ഉച്ചസ്ഥായിയിലേക്കു കടന്ന് വീണ്ടും സ്വരം
താഴ്ത്തി ഒടുവിൽ 'നി' യിൽ നിർത്തി. സംഗീത തരംഗങ്ങൾ മേഘങ്ങളെ
തൊട്ടുണർത്തി മധുരമാരുതനിൽ ലയിപ്പിച്ചു. അതിന്റെ ഓളങ്ങളിൽ
സ്ത്രീകൾ നൃത്തച്ചുവടുകൾ വച്ചു. സ്വർഗ്ഗത്തിൽ വരുണദേവന്റെ ഭാര്യ
ശംഖനാദം പുറപ്പെടുവിച്ചു."

"എന്തുകൊണ്ട് വരുണന്റെ ഭാര്യ?"

"കാരണം അവർ ജലദേവതയാണ്. സ്ത്രീവംശം തന്നെ പരിശു
ദ്ധവും ദ്രവരൂപിയുമാണ്. അത് കർക്കശമല്ല. ഉന്മേഷദായിനിയും ചല
നോത്മകവുമാണ്. ഭൂമിയെ മെനഞ്ഞെടുത്തപ്പോൾ ആദ്യം കടലാണാദ്യം
വന്നത്. സ്ത്രീകൾ കടൽക്കാക്കകൾക്കു മേലേറി സഞ്ചരിക്കുന്നു."

"അത്ഭുതം. അപ്പോഴേക്കും കടൽക്കാക്കകളേയും സൃഷ്ടിച്ചു കഴി
ഞ്ഞിരുന്നോ?"

"പിന്നില്ലേ? പക്ഷികളുടെ ശബ്ദത്തിലാണാദ്യം താളം പിറന്നുവീ
ണത്. ഈ ദുർബ്ബല ജീവികളുടെ ശബ്ദത്തിൽനിന്നും ചിറകിൽ
നിന്നുമത്രെ മധുരസംഗീതവും ദുർബ്ബലതയും തമ്മിൽ വേർപെടുത്താ
നാവില്ല എന്ന തെളിയിച്ചത്. ദേഷ്യപ്പെടില്ലെങ്കിൽ ഞാനൊന്നു പറയാം."

"ഞാൻ ശ്രമിക്കാം."

"ആരംഭത്തിൽ നമ്മുടെ മുത്തശ്ശനായ ബ്രഹ്മാവ് കവികളെ സൃഷ്ടി
ച്ചത് മനുഷ്യരാശിയിലെ ദൗർബല്യങ്ങൾക്കടിപ്പെടുത്താനാണ്. അതുകൊ
ണ്ടത്രെ അവരെ പക്ഷികളെപ്പോലെ മെനഞ്ഞെടുത്തത്. ആ ദിവസം
ദൈവത്തിന്റെ ദർബാർ ഹാളിൽ വലിയെരു സാഹിത്യ സമ്മേളനമുണ്ടാ
യിരുന്നു. അദ്ധ്യക്ഷനെന്ന നിലയിൽ ദൈവം അവിടെ പങ്കെടുത്ത കവി
കളോട് സ്വന്തം മനസ്സിനുള്ളിലെ നീലാകാശത്തുടെ പറക്കുവാൻ പറഞ്ഞു.
ഒരുകാരണവും കൂടാതെ പാട്ടുകൾ പാടാനും എല്ലാത്തിനെയും നിഷ്ഫ
ലമായ ഖരരൂപങ്ങളെയും ദ്രാവകമാക്കി മാറ്റാനും അവരോട് ആജ്ഞാ
പിച്ചു. അങ്ങ് കവികളുടെ രാജാവാണ്. അതുകൊണ്ട് അങ്ങ് ഇത്രയും
കാലവും ആ ആജ്ഞ നിറവേറ്റി."

"എന്നെ മറ്റൊരു രീതിയിൽ വാർത്തെടുക്കുവോളം എനിക്കങ്ങനെ
തന്നെ തുടരാനല്ലേ കഴിയു."

"ആധുനിക ലോകം കഠിനമാവുകയാണ്. അങ്ങേയറ്റം വരണ്ടതും.
അങ്ങയെപ്പോലെയുള്ളവരെ വാർത്തെടുക്കാനുള്ള മൃദുമെഴുക് ഇനി ലഭി
ക്കില്ല. സ്ത്രീത്വത്തിന്റെ ദേവത വെള്ളത്തിന്മേൽ ഒഴുകി നടക്കുന്ന താമര
പ്പൂമേൽ ചാരിക്കിടക്കുകയുമല്ല. ലോകം ലജ്ജാലസ്യത്തിൽ ആണ്ടു കിട
ക്കുകയുമല്ല."

"സൃഷ്ടി അതിന്റെ സൗമ്യനാളത്തിന്റെ ഉച്ചഘട്ടമെത്തിയപ്പോൾ
നിർത്തിക്കളഞ്ഞതെന്തുകൊണ്ടാവാം?"

'ഭൂമാതാവ് ബ്രഹ്മാവിനു മുന്നിൽ ഒരു അഭ്യർത്ഥന വച്ചിട്ട് ഏതാനും
യുഗങ്ങൾ കഴിഞ്ഞിരുന്നു. അവർ ഇങ്ങനെ പരാതിപ്പെട്ടു: 'ഈ സ്ത്രീക
ളുടെ അലസ സൗന്ദര്യം എനിക്ക് സഹിക്കാനാകുന്നില്ല? സ്ത്രീകൾ തന്നെ
പറഞ്ഞു തുടങ്ങി അവരതിൽ മടുത്തുപോയെന്ന്.' അപ്പോൾ ബ്രഹ്മാവ്
ചോദിച്ചു. 'നിങ്ങൾക്ക് എന്താണ് മടുത്തു തുടങ്ങിയത്?' ദാസിമാർ
പറഞ്ഞു. 'ഞങ്ങൾക്കറിയില്ല.' 'നിങ്ങൾക്കെന്താണു വേണ്ടത്?' ഞങ്ങൾക്കു
തന്നെ കണ്ടെത്താനാവുന്നില്ല.

"അവർക്കിടയിലെ വഴക്കാളികൾ നിശ്ശബ്ദരാവുമോ? അതോ, അവർ
തുടക്കം മുതൽ ഒടുക്കം വരെ മധുരതരമായ വാക്കുകൾ മാത്രമായിരി
ക്കുമോ പറയുക?"

"വഴക്കിന് ഒഴിവു കഴിവുകളൊന്നുമില്ല. അവിടെ എയ്തു വിടാനായി
പരാതിയുടെ അമ്പിൻ കൂമ്പാരങ്ങളുമില്ല. അതിനാൽ വില്ല് കടലിന്റെ
അഗാധതയിൽത്തന്നെ കിടക്കുന്നു. അതിനാൽ ഞാണൊലികൾ പുറത്തു

കേൾക്കില്ല. കടലിനടിത്തട്ടിൽ നിന്നും പൊങ്ങിവരുന്നതിനെ തട്ടിമാറ്റാൻ ചൂലുമില്ല."

"ഈ വാർത്തകേട്ട് ബ്രഹ്മാവ് നാണിച്ചുപോയിട്ടുണ്ടാവും."

"സംശയമില്ല. നാലുതലകളും നാണക്കേടാൽ തലകുനിച്ചു. സ്തംഭിച്ചുപോയ അദ്ദേഹം തന്റെ ആയിരം തൂവൽച്ചിറകുള്ള അരയന്നത്തിന്റെ പുറത്ത് ഒരു കല്പ കാലത്തോളം നിശ്ശബ്ദനായി ഇരുന്നുപോയി."
(കല്പം = 1000 യുഗങ്ങൾ ചേർന്ന ബ്രഹ്മാവിന്റെ ഒരു ദിവസം. വിവ:)

എന്നാൽ അവിടെ വിഖ്യാതയായ പുരോഹിതയുണ്ടായിരുന്നു. വിശുദ്ധമായ പെൺ കടൽക്കാക്ക. അവൾ ബ്രഹ്മാവിന്റെ അരയന്നത്തെപ്പോലെ സുന്ദരിയാകാനുള്ള ശ്രമത്തിലായിരുന്നു. അതിനായി അവൾ ആയിരംവട്ടം വെള്ളത്തിൽ മുങ്ങിപ്പൊങ്ങി. കൊക്കു കൊണ്ട് തൂവലുകൾ ഉരസിമിനുക്കി. അവസാനം അത് നാം കമ്പോസ്റ്റു കുഴിയിലേക്കെറിയുന്ന കാബേജിന്റെ നിറത്തിലായി. അവൾ ഇപ്രകാരം പറയുകയും ചെയ്തു: കാരുണ്യവും മാന്യതയും എവിടെയുണ്ടോ അവിടെ യഥാർത്ഥ പ്രതിഭയും മഹത്ത്വവും ഉണ്ടാവുകയില്ല. അതുകൊണ്ട് മറ്റുള്ളവരുടെ കുറ്റങ്ങൾക്ക് അവരെ ശകാരിക്കാനാവില്ല. നല്ലതായി എന്നതുകൊണ്ട് ഒരു ഗുണവും കിട്ടാനും പോകുന്നില്ല. എന്നിട്ടവൾ പ്രാർത്ഥിക്കാൻ തുടങ്ങി. 'ദൈവമേ ഞങ്ങളെ വേഗത്തിൽ ചുരുങ്ങിയ ഹൃദയമുള്ളവരാക്കൂ.' ബ്രഹ്മാവ് പരിഭ്രാന്തനായി ചാടിയെഴുന്നേറ്റ് പറഞ്ഞു. 'ഞാനൊരു തെറ്റു ചെയ്തു. അതു തിരുത്തപ്പെടണം. അതാണ് കാര്യം?' 'എന്തൊരു ശബ്ദം! ദുർഗ്ഗയുടെ സിംഹം ശിവന്റെ കാളയെ നോക്കി അലറിയ പോലുള്ള ശബ്ദം. സിംഹഗർജ്ജന മുയരുന്നതിനൊപ്പം സ്വർഗ്ഗത്തിന്റെ അടിത്തറയായ ഇന്ദ്രനീലം തകർക്കുവാൻ നോക്കുന്ന കാളയുടെ മുക്രയിടൽ കലർന്നു. അതിലെന്തോ തമാശ പ്രതീക്ഷിച്ച് നാരദ മഹർഷി പുറത്തേക്കോടിയിറങ്ങി. മെതിക്കല്ലിൽ കൈക ളൂന്നി നാരദൻ പറഞ്ഞു.' ഈ മെതിക്കല്ല് പിന്നീടുള്ള എല്ലാ തർക്ക ങ്ങൾക്കും നാന്ദിയാവും. ഭാവിയിൽ കുടുംബങ്ങളുടെ അടിത്തറ തകർ ക്കാൻ അതിടവരുത്തും. ബ്രഹ്മാവിന്റെ നാലു തലകളിൽനിന്നും ഉയരുന്ന ഗർജ്ജനത്തോടൊപ്പം പ്രപഞ്ചമൂലകൾ കാക്കുന്ന സ്വർഗ്ഗീയ ഗജങ്ങൾ തങ്ങളുടെ തുമ്പിക്കൈകൾ ഉയർത്തി ചിന്നം വിളിക്കും. ഭൂമിയുടെ കാവൽ ക്കാരായ പത്തു ദേവതകളായ ദിഗ്അംഗനകളുടെ നീണ്ട കാർകുന്തള ങ്ങൾ അഴിഞ്ഞുവീണ് ആകാശത്ത് കറുത്ത മേഘങ്ങളാകാൻ പോന്ന താണ് ആ ശബ്ദം. യമരാജാവു നിയന്ത്രിക്കുന്ന ശ്മശാന ഘട്ടിലേക്കു പോകുന്ന കപ്പലുകളിൽ വലിച്ചു കെട്ടിയ കറുത്ത പായ്പോലെ ആകാശം കാണപ്പെട്ടു.'

"എന്തു പറഞ്ഞാലും സ്രഷ്ടാവ് ഒരാണാണെന്ന വസ്തുത മറയ്ക്കാനാവില്ല."

"അദ്ദേഹത്തിന്റെ ആണത്തം ഇനി മറച്ചുപിടിക്കാനാവില്ല. ബ്രഹ്മാവിന്റെ രണ്ടു തലകളിലെ മീശകൾക്കിടയിലൂടെ പ്രത്യക്ഷമാകുന്ന മൂക്കുകൾ രണ്ട് ഉലകൾ പോലെ ഉന്തിനില്പുണ്ട്. അതിൽനിന്നും കൊടുങ്കാറ്റു

പോലെ പുറപ്പെടുന്ന മേഘങ്ങൾ ആകാശത്തിന്റെ നാലുകോണിലും എത്തുന്നു. അപ്പോഴാണ് പ്രപഞ്ചത്തിൽ ആദ്യത്തെ പൊട്ടിത്തെറിയുണ്ടാ വുന്നത്. ഗന്ധർവ്വന്മാർ കിന്നരങ്ങളും ചുമലിലേറ്റി ഇന്ദ്രസദസ്സിലേക്ക് പലാ യനം ചെയ്തു.

ഈ മുറി ഇന്ദ്രപത്നിയുടെ വിശ്രമമുറിയാണ്. ആ മുറിയുടെ പുറത്ത് മന്ദാരത്തോപ്പുണ്ട്. മന്ദാരപ്പൂക്കളുടെ മണം ഈ മുറിയിലേക്ക് സദാ പരക്കും. പാരിജാതപ്പൂക്കളുടെ മണമുള്ള സുഗന്ധത്തിരിയെരിയുമ്പോൾ അതിന് അരികിലിരുന്നാണവർ മുടിയുണക്കുന്നത്.

താൻ വലിയൊരു തെറ്റാണു ചെയ്തതെന്ന് ഭൂമിദേവിക്ക് ഉറപ്പുണ്ട്. ഭയന്നുവിറച്ച ദേവി ഇതിൽനിന്നും രക്ഷ നേടാനായി മന്ത്രോച്ചാരണങ്ങൾ തുടങ്ങി. ഭിന്നിപ്പിന്റെ ആ കൊടുങ്കാറ്റിൽ ആണുങ്ങളാകെ തീയുണ്ട കൾപോലെ പുറത്തേക്കു തെറിച്ചു.

ദാദാ അങ്ങ് വളരെ നിശ്ശബ്ദനാണ്. എന്റെ വാക്കുകൾ അങ്ങയെ ശക്തിയായി പ്രഹരിക്കുന്നു."

"അങ്ങനെ ചെയ്യുന്നുവെന്ന് നിനക്ക് ഉറപ്പുമുണ്ടല്ലോ. ഒപ്പം ഉച്ചത്തി ലുള്ള മുട്ടും കിട്ടുന്നുണ്ട്."

"സൃഷ്ടിയുടെ നിർണ്ണായക നിമിഷത്തിലുണ്ടായ ഭിന്നതയെപ്പറ്റി അങ്ങേയ്ക്ക് മനസ്സിലായെന്നു കരുതുന്നു."

"എനിക്കതൊന്ന് വിശദീകരിച്ചു തരൂ."

"ജലത്തിന്റെ പരമാധികാരത്തെ അവസാനിപ്പിച്ചു. അടിച്ചും തൊഴിച്ചും ചവിട്ടിയും തള്ളിയും പുറത്താക്കിയപ്പോൾ വെള്ളത്തിൽ നിന്നും കഷണ്ടിത്തലപോലെ ഭൂമി പൊങ്ങിവന്നു. ഭൂമിയുടെ ചരിത്രത്തിൽ ഏറ്റവും പ്രധാനപ്പെട്ട ഒരു സംഭവമായിരുന്ന അതെന്ന് സമ്മതിക്കുമല്ലോ?"

"തീർച്ചയായും."

"ഇതിനു ശേഷമുള്ള കാലത്തൊക്കെ സ്രഷ്ടാവിന്റെ ആണത്തം ഭൂമി യിൽ പ്രകടമായിത്തുടങ്ങി. മണ്ണിൽ ആണത്തത്തിന്റെ മുദ്ര പതിഞ്ഞു. തുടക്കം മുതല്ക്കെ അതിനെന്തു ശക്തിയായിരുന്നു. തീയിൽ ജ്വലിച്ചും മഞ്ഞിലുരുകിയും ഭൂമികുലുക്കങ്ങളാൽ പിളർന്നും ഡോക്ടറന്മാർ തരുന്ന ഗുളികപോലെ പർവ്വതങ്ങളെ വിഴുങ്ങിയും. ഇതിലൊന്നും സ്ത്രൈണ മായ യാതൊന്നുമില്ലെന്ന് അങ്ങും സമ്മതിക്കും.

ഞാൻ പറഞ്ഞു:

"എല്ലാ കലകളും പാരമ്പര്യത്തിന്റെ പുരാതനമായ അടിത്തറമേ ലാണ് പണിതിട്ടുള്ളത്. ആ താളരാഹിത്യവും പാരമ്പര്യത്തിന്റെ ഭാഗ മാണോ? അങ്ങ് പറഞ്ഞുതരൂ."

"തീർച്ചയായും പറയാം. താളാത്മകതയുടെ പാരമ്പര്യം പെൺ ദൈവ ത്തിന്റെ വീണയിൽ കുടികൊള്ളുന്നു. ഭിന്നതയുടെ വേരുകളാണ് അറി യേണ്ടതെങ്കിൽ സ്ത്രീകളുടെ പുരാതനമായ ശക്തിഘട്ടത്തിലേക്കു നേരിട്ടു പോകൂ. എന്നിട്ട് ശിവന്റെ മുറ്റത്ത് എത്തിനില്ക്കൂ. അദ്ദേഹം പാർ ക്കുന്ന കൈലാസത്തിൽ വീണ നിഷിദ്ധമാണ്."

"അവിടേക്ക് നൃത്തത്തിനായി ഉർവ്വശിയെ വിളിച്ചുവരുത്താറുമില്ല. അവിടെ ശിവനാണ് നൃത്തം ചെയ്യുന്നത് ശിവൻ താണ്ഡവമാടുമ്പോൾ നന്തിയും ഭൃംഗിയും കുഴലൂതും. സ്വന്തം കവിൾ തുടികളാക്കി വിരലു കൾകൊണ്ടവ വായിക്കും. കഴുത്ത് വിറപ്പിക്കും. കൈലാസത്തിന്റെ ഭിത്തി കളിൽനിന്നും കല്ലുകളിളകിവീഴും. മഹത്തായ അനൈക്യത്തിന്റെ പൗരാ ണികാരംഭത്തെപ്പറ്റി ഇപ്പോൾ വ്യക്തമായിക്കാണും."

"വ്യക്തമായി."

"പുരാണങ്ങളിൽ കാണുന്ന ദക്ഷന്റെ ബലിയെപ്പറ്റി ഓർമ്മിക്കുക. അതിൽ ദക്ഷന്റെ യാഗത്തോടനുബന്ധിച്ചുള്ള വിരുന്നിൽ ശിവൻ ചില പ്രശ്നങ്ങൾ സൃഷ്ടിക്കുന്നു. അത് സ്വരമാധുര്യത്തിനുമേൽ കലഹത്തിന്റെ വിജയത്തെ കേന്ദ്രീകരിച്ചാണ് നടക്കുന്നത്. ആ വിരുന്നിൽ സകലദേവ തകളും പങ്കെടുത്തു. അവർ കർണ്ണാഭരണങ്ങളും കൈവളകളും ഖണ്ഡാ ഭരണങ്ങളും ധരിച്ചിരുന്നു. വെളിച്ചം സന്ന്യാസിമാരുടെ ആകാരംപൂണ്ട് നൃത്തംചെയ്തു. മന്ത്രോച്ചാരണങ്ങൾ മുഴങ്ങി. അതിൽ ലോകമാകെ കോരിത്തരിച്ചുനിന്നു. പെട്ടെന്നാണ് താളരാഹിത്യത്തിന്റെയും വൈരൂപ്യ ത്തിന്റെയും ശത്രുതയുടെയും ശക്തികൾ അവയ്ക്കുമേൽ നിപതിച്ചത്. ആ ദിവ്യമായ കുടിച്ചേരലിനെ നശിപ്പിച്ചുകളഞ്ഞത്. സൗന്ദര്യത്തിനുമേൽ ബീഭത്സത നേടിയ വിജയം. സ്വരമാധുര്യത്തിനുമേൽ കാലുഷ്യത്തിന്റെ വിജയം. ഈ തത്ത്വത്തെ പുരാണങ്ങൾ തെല്ലു തമാശയോടെയാണു കാണുന്നത്. ഭരത്ചന്ദ്രറേയുടെ അന്നദമംഗളിലൂടെ കടന്നുപോയാൽ നിങ്ങൾക്കത് മനസ്സിലാവും.

താളരാഹിത്യത്തിന്റെ പാരമ്പര്യത്തെ നിങ്ങൾക്കവിടെ കാണാ നാവും. എന്തുകൊണ്ടാണ് എല്ലാവരും കുടവയറനായ ഗണേശനെ ആവേശപൂർവ്വം ആരാധിക്കുന്നത്? അത് കലയിലെ സൗന്ദര്യത്തിനെതി രായ പ്രതിഷേധമാണ്. വന്നുവന്ന് ഗണപതിയുടെ തുമ്പിക്കൈക്ക് കുഴ ലിന്റെ രൂപം കൈവന്നിരിക്കുന്നു. അത് പാശ്ചാത്യ നിർമ്മിതികളെ നോക്കി യാണ് ചിഹ്നം വിളിക്കുന്നത്. അതിന്റെ ഉച്ചത്തിലുള്ളതും താളരഹിതവു മായ ശബ്ദമല്ല ഗണേശന്റെ വിശ്വാസികൾക്ക് വിജയം കൊണ്ടുവരുന്നത്. അതു ചിന്തിച്ചുനോക്കൂ."

"ഞാൻ ചിന്തിച്ചു നോക്കാം."

"അങ്ങനെ ചിന്തിക്കുമ്പോൾ ഇതുംകൂടി ചിന്തിക്കുക. മണ്ണിൽത്തന്നെ കലഹത്തിന്റെ വിത്തുകൾ വീണുകിടപ്പുണ്ട്. സിംഹങ്ങൾ, കടുവകൾ, കാട്ടുപോത്തുകൾ തുടങ്ങി വീരന്മാരുമായി താരതമ്യപ്പെടുത്തുന്ന ആരാ ദ്ധ്യരായ ജന്തുക്കൾ ഒരിക്കലും ഒരു ഉസ്താദിനെപ്പോലെ പരിശീലിക്കു ന്നില്ല. അതിൽ സംശയമുണ്ടോ?"

"ഒട്ടുമില്ല."

"ഏറ്റവും സാധുവായ കഴുതപോലും, താനെത്ര ദുർബ്ബലനാണെ ങ്കിലും, വിജയയുമായിരിക്കുന്ന സരസ്വതിയോട് കൂട്ടാകാറില്ല. ഇക്കാര്യം

സുഹൃത്തുകളാകട്ടെ, ശത്രുക്കളാകട്ടെ ഒരു തർക്കവും കൂടാതെ സമ്മ
തിക്കും."

"ശരി തന്നെ."

"കുതിരകളെ മെരുക്കിയെടുത്തു. കുതിരകളുടെ കുളമ്പ് ചവിട്ടാൻ
പാകത്തിലുള്ളതല്ലെങ്കിലും അത് എതിർപ്പില്ലാതെ ചാട്ടയടി കൊള്ളും.
അത് യഥാർത്ഥത്തിൽ ഇരുകാലുകളുയർത്തിനിന്ന് ജിൻജിത കാമ്പജ്
രാഗത്തിൽ ഒരു ആലാപനം നടത്തണമായിരുന്നു. അതിന്റെ ചിനയ്ക്കൽ
ഒരു അനുനാസികപ്പെരുക്കമായിത്തീർന്നേനെ. എന്നാൽ കുതിരകളുടെ
ചിനയ്ക്കലിൽ അടങ്ങിയ അപസ്വരം കാരണം അത് നാട്ടുവഴക്കങ്ങളെ
ഉയർത്തിപ്പിടിക്കാൻ മറക്കാറില്ല. ആനയുടെ കാര്യം പിന്നെ പറയേണ്ട
തില്ല. ഈ മൃഗങ്ങളെല്ലാം തന്നെ ശിവന്റെ ശിഷ്യന്മാരാണ്. അതിൽ ഏതെ
ങ്കിലും ഒരു പാട്ടുകാരനെ നിങ്ങൾക്ക് കാണിച്ചു തരാനാകുമോ? നിങ്ങ
ളുടെ വേട്ടനായ ഫ്രെഡിയുടെ കാര്യമെടുക്കൂ. അത് അതിന്റെ കുരയാൽ
അയൽപക്കങ്ങളെ മുഴുവൻ ഉണർത്തിനിർത്തുന്നു. ദൈവം സഹതാപം
തോന്നി അവന് കുരുവിയുടെ സ്വരമാണ് നല്കിയിരുന്നതെങ്കിലോ? എനി
ക്കുറപ്പുണ്ട് അവന്റെ മധുരസ്വരം സഹിക്കാനാവാതെ അവനെ അങ്ങയുടെ
കാറിനടിയിലേക്ക് എറിഞ്ഞുകൊടുക്കുമായിരുന്നു. സത്യം പറഞ്ഞാൽ,
കാളിഘട്ടിൽ ബലിയായി നല്കുന്ന ആട് കരയുന്നതിനുപകരം രാംകേലി
രാഗമാലപിച്ചിരുന്നുവെങ്കിൽ അവനെ കാളിക്ഷേത്രത്തിൽനിന്നും ഉറ
പ്പായും പുറത്തേക്കു വലിച്ചെറിയുമായിരുന്നില്ലേ?"

"തീർച്ചയായും."

"എങ്കിൽ നാമെടുത്ത പ്രതിജ്ഞയുടെ പ്രാധാന്യം അങ്ങ് മനസ്സി
ലാക്കും. നാമീ മണ്ണിലെ മനുഷ്യരാണ്. നമുക്ക് താളരാഹിത്യത്തിന്റെ
രഹസ്യമന്ത്രം പിടികിട്ടിയിട്ടുണ്ട്. ഈ ലോകം ഇപ്പോഴേ പാതി മരിച്ചു
കഴിഞ്ഞു. നമുക്കതിനെ അത്ഭുത മരുന്നുകൾകൊണ്ട് പുനരുജ്ജീവിപ്പി
ക്കണം. നമുക്ക് ഉണർവ്വും ശക്തിയും വേണം. അതിനുള്ള പ്രസ്ഥാനം
അയൽപക്കങ്ങളിൽ തുടങ്ങിക്കഴിഞ്ഞു. താമസക്കാരുടെ ഉത്സാഹം പെരു
കിവരുന്നു. അവ തട്ടും മുട്ടുമായി മുന്നേറുന്നു. എന്റെ അനുയായികളുടെ
മുതുകിൽ അതിന്റെ അടയാളങ്ങളുണ്ട്. ബ്രിട്ടീഷ് സാമ്രാജ്യത്വത്തിന്റെ
സംരക്ഷകർ അവരെ ഇളക്കിവിട്ടിരിക്കുന്നു. അധികൃതർ ജാഗരൂകരാണ്."

"ഇതിനെപ്പറ്റിയെല്ലാം നിങ്ങളുടെ ഗുരുവിന്റെ അഭിപ്രായം എന്താണ്?"

"അദ്ദേഹം പരമാനന്ദത്തിന്റെ നിദ്രയിലാണ്. ലോകത്താകമാനം കല
ഹത്തിന്റെ നവോത്ഥാനം വരുന്നതായി അദ്ദേഹം തന്റെ ജ്ഞാനദൃഷ്ടി
യിൽ കണ്ടിരിക്കുന്നു. എല്ലാ പരിഷ്കൃത സമൂഹങ്ങളും ഏറ്റുപറയുന്നു
കലഹമാണ് ഇന്നിന്റെ യാഥാർത്ഥ്യമെന്ന്. ആണത്ത പ്രകടനങ്ങളാൽ
അത് പൊട്ടിത്തെറിയുടെ വക്കിലാണ്. നാഗരികതയെയാകെ തകർത്തു
കളഞ്ഞത് ആണത്തമില്ലാത്ത മധുരസ്വരമാണ്. ക്രിസ്ത്യൻ വിനയാന്വി
തത്വമല്ല, ബലപ്രയോഗമാണ് നമുക്കഭികാമ്യം. രാജ്യങ്ങൾക്കുള്ളിലെ നിയ
മനിർമ്മാണങ്ങളിൽപ്പോലും കലഹപ്രിയത ശക്തിപ്പെടുന്നു. ദാദാ,

ഇതൊന്നും ഇതുവരെ അങ്ങയുടെ കണ്ണിൽപ്പെട്ടില്ലെന്നുണ്ടോ?" "എന്തി നെന്റെ കണ്ണിൽപ്പെടണം സഹോദരാ... അതെന്റെ മുതുകിൽ ചവിട്ടു ന്നുണ്ട്."

"ഈശ്വരചന്ദ്ര വിദ്യാസാഗർ തുറന്നുവിട്ട കഥാഭൂതങ്ങൾ ഇപ്പോഴും സാഹിത്യത്തിന്റെ മുതുകിൽനിന്നും ഇറങ്ങിപ്പോയിട്ടില്ല. ബംഗാളികളാകെ ഇപ്പോഴും അതിന്റെ പുറകേയില്ല?"

"മറുവശത്ത് താളരാഹിത്യം സൃഷ്ടിക്കാനുള്ള നമ്മുടെ ഗുരുവിന്റെ ഉത്തരവ് നാം അനുസരിക്കുന്നുമുണ്ടല്ലോ. അതിനായി ഒരു ക്ലബ്ബുതന്നെ തുടങ്ങാൻ അദ്ദേഹം നിർദ്ദേശിച്ചു. അതിനോടൊപ്പം ഒരു കവിയും ചേർന്നി ട്ടുണ്ട്. അദ്ദേഹം പുതിയ കാലത്തിന്റെ അവതാരമാണെന്ന പ്രത്യാശ നമുക്ക് ആവേശം പകരുന്നു. അദ്ദേഹത്തിന്റെ കവിതകൾ ഞങ്ങളുടെ തെറ്റുകൾ തിരുത്തി. അദ്ദേഹവും അങ്ങയെപ്പോലുള്ളയാളാണ്. 'താങ്ക ളുടെ കവിതകൾ കൊണ്ട് ഞങ്ങളുടെ ക്ലബ്ബിനെ പ്രഹരിക്കൂ' ഞങ്ങളൊ രായിരംവട്ടം അദ്ദേഹത്തോടു പറഞ്ഞു. 'എല്ലാ അവബോധങ്ങളും അസം ബന്ധമാണെന്ന് നിരന്തരം പ്രഘോഷിക്കൂ.' 'വാക്കുകളുടെ അർത്ഥത്തോ ടുള്ള ആദരവ് ഒരുതരം മാനസികാടിമത്തമാണെന്നും' ഞങ്ങൾ വിശദീ കരിച്ചു. എന്നാൽ അതു യാതൊരു ഫലവും സൃഷ്ടിച്ചില്ല. അതാ പാവ ത്തിന്റെ കുഴപ്പമല്ല. അദ്ദേഹം നിന്നു വിയർത്തു. എന്നിട്ടും കവിതയിൽ അന്തർലീനമായ ഒരുതരം കപടമാന്യത കുടഞ്ഞുകളയാൻ അദ്ദേഹത്തി നായില്ല. ഞങ്ങൾ ഇപ്പോഴും അദ്ദേഹത്തിന്മേലുള്ള പരീക്ഷണം തുടരുക യാണ്. അദ്ദേഹത്തിന്റെ കവിതയിൽ നിന്നും ചില ഉദാഹരണങ്ങൾ വായിച്ചു കേൾപ്പിക്കാം. എന്നാലെനിക്ക് പാടാനാകില്ല."

"അതിനാണല്ലോ ഞാൻ നിന്നെ ഈ മുറിയിൽ കയറ്റിയത്."

"എന്നാൽ പിന്നെ കേട്ടോളൂ."

"ഗായകാ നിന്റെ വീടുവിട്ടിറങ്ങി

വിദൂരതയിലേക്കു കുതിക്കൂ.

നമ്മുടെ കാരുണ്യരഹിതമായ മോങ്ങലിൽനിന്നും

മുരളലിൽനിന്നും അലറലിൽനിന്നും

ആർത്തനാദത്തിൽനിന്നും ഓടി രക്ഷപ്പെടൂ.

ഏതുരാഗം പാടണമെന്ന്

ദൈവവും പാപികളും തമ്മിൽ ലഹള തുടങ്ങിക്കഴിഞ്ഞു.

ചങ്കിൽനിന്നും പൊട്ടിവരുന്ന

പരിശുദ്ധരാഗങ്ങൾ വെറും പതറലുകളായി.

രാഗം വഴിയിൽ നിലച്ചു.

തന്ത്രികൾ മുറിഞ്ഞു താളം പിഴച്ചു

ഈ രാഗങ്ങളിൽ

ദിവസങ്ങൾ കടന്നുപോകുന്നു.

ഈ ഉത്സാഹങ്ങൾക്കിടയിൽനിന്നും
താളം ഇറങ്ങിപ്പോയി.

ഞങ്ങളുടെ കമ്മിറ്റി കലുഷിതമായി."

"ഇതു പോര. അദ്ദേഹമിപ്പോഴും തന്റെ ജാത്യാചാരങ്ങൾ വിട്ട് പുറ ത്തുവരുന്നില്ല. ദുർബ്ബലമിടിപ്പും തികട്ടിവരുന്ന വൃത്തിബോധവും അതിൽ പിണഞ്ഞുകിടക്കുന്നുണ്ട്. നമുക്ക് വേണ്ടത് ഛന്ദസ്സിനെയും താളത്തെയും നിഷ്കരുണം ഉപേക്ഷിക്കലാണ്! ഞങ്ങൾ കവിക്ക് കുറച്ചുസമയം കൂടി അനുവദിച്ചിട്ട് അദ്ദേഹത്തോടു പറഞ്ഞു: 'നിങ്ങളുടെ സിംഹങ്ങളെ ഉണർത്തു. ഒരിക്കൽക്കൂടി മത്സരത്തിനിറങ്ങു.' ബംഗാളി യുവാക്കളിൽ ആവേശത്തിന്റെ പെരുമ്പറകൾ മുഴക്കു. ഓർക്കുക! ശക്തിയാണിന്ന് ലോകത്തെ നയിക്കുന്നത്. ബംഗാൾ മാത്രം ഉറങ്ങിക്കിടക്കേണമോ? കവി യുടെ ഉള്ളിളകുന്നത് ഞാൻ കണ്ടു. 'പാടില്ല പാടില്ല' വിളിച്ചു കൂകി ക്കൊണ്ട് അദ്ദേഹം മേശയ്ക്കരികിലെത്തി.

കൈകൾ കൂപ്പി അദ്ദേഹം ഗണപതിയോടു കെഞ്ചി.

'നിന്റെ വധുവായ വാഴയെ പറഞ്ഞയക്കു.'

'അനുഗ്രഹങ്ങളുടെ രാജാവേ, നിന്റെ തുമ്പിക്കൈകൾ കൊണ്ടെന്റെ തലച്ചോറിനെ മഥിക്കു. എന്റെ മാതൃഭാഷയിൽ ഭൂമികുലുക്കമുണ്ടാകട്ടെ! എന്റെ പേനയിൽനിന്നും കാലുഷ്യം പ്രവഹിക്കട്ടെ. ബംഗാൾ ജനത കല ഹത്തിലേക്ക് ഉണരട്ടെ!'

പതിനഞ്ചു മിനിറ്റുകൾക്കുശേഷം അദ്ദേഹം മുറിയിൽനിന്നും പുറ ത്തേക്കോടി. വിലാപം പോലെ ആലാപനവും തുടങ്ങി. മുഖം വിളറി യിരുന്നു. മുടി ഉലഞ്ഞിരുന്നു. നിങ്ങൾ അപ്പോൾ അദ്ദേഹത്തെ ഒന്നു കാണ ണമായിരുന്നു.

"ഉച്ചത്തിൽ മുഴക്കു, യുദ്ധകാഹളം നാലുപാടും പാറട്ടെ. നിങ്ങളുടെ ഇടിയും തൊഴിയും വീരന്മാരായ മറാത്തിപ്പേരാളികളേ വേഗമെത്തൂ, ഈ രക്തരുഷിത പോരാട്ടത്തിൽ പങ്കാളികളാകൂ. ഒരു വീരനെയും ഒഴിവാക്കു ന്നില്ല ഈ യുദ്ധം. ഓരോ വീരനെയും വലിച്ചു പുറത്തിടൂ. മുഷ്ടിപ്രഹ രവും തൊഴിയും പെരുമഴയാകട്ടെ. ഇഷ്ടികകളും കല്ലുകളും പാറകളും കൊണ്ടുവരൂ, മൂക്കുകൊണ്ടും ഉച്ചികൊണ്ടും അതിനെ തെറിപ്പിക്കു. അസ്ഥികളെ അതിന്റെ വിധിക്കു വിടൂ. ഇടിയുടെയും വിളിയുടെയും ആർത്തനാദത്തിന്റെയും ശബ്ദം കേട്ടുണരട്ടെ, സ്വപ്നം കണ്ടുറങ്ങുന്ന വർ. അവർ ക്രോധത്തോടെ നിങ്ങൾക്കുമേൽ ചാടിവീഴട്ടെ.

വേണുനാദം നിലയ്ക്കട്ടെ.
ബംഗാളിന്റെ അഭിമാനമായ
മൃദുല മലരുകളെ ചെടിയോടൊപ്പം പിഴുതെറിയൂ.
നമ്മുടെ മലർവാടികളിൽ
കാട്ടുചെടികൾ പടർന്നുയരട്ടെ!"

"ഞാൻ നൈരാശ്യത്താൽ കൈകളുയർത്തി പറഞ്ഞു. നിർത്തൂ.

നിർത്തു. ജയദേവ കവികളുടെ ആത്മാവ് നിങ്ങളുടെ ചുമലിൽനിന്നും ഇറങ്ങിപ്പോയിട്ടില്ല. താളംകൊണ്ടുള്ള അഭ്യാസമാണ് കവിതാമയമായ നിങ്ങളുടെ കാതുകളെ നിയന്ത്രിക്കുന്നത്. നിങ്ങളുടെ പിതൃക്കൾക്കായി ഗയയിൽ പോയി കവിതാതർപ്പണം ചെയ്യാനാണ് ഉദ്ദേശ്യമെങ്കിൽ അതിനെ പൊടിച്ചെടുത്ത് കുമ്മായത്തിൽ വീണ്ടും പൊടിച്ച് നദിയിൽ വിതറുക."

കവി കൈകൾ കൂപ്പി പറഞ്ഞു.

"എനിക്കതിനാവതില്ല. അങ്ങതേറ്റെടുക്കൂ."

ഞാനപ്പോൾ പറഞ്ഞു.

"നിങ്ങൾ ഉപയോഗിച്ച ചില വാക്കുകളിൽ പ്രതീക്ഷയുടെ ചെറി യൊരു കനൽ കാണുന്നുണ്ട്. എന്നാൽ ആ വാക്ക് നിഘണ്ടുവിൽ നിന്നെ ടുത്തു പറയുംപോലെ തോന്നി. അതിന്റെ അർത്ഥം സന്ദർഭത്തിനു ചേരില്ല. യുദ്ധാക്രോശങ്ങളുടെ ശബ്ദം ഉയർന്നു കേൾക്കുംപോലെയുള്ളത്. അതിനെ ഞാൻ ബഹളത്തിനിടയിൽ ഉപേക്ഷിക്കും അതിന്റെ രൂപം ശ്രദ്ധിക്കൂ.

'മറാത്താ ധീരന്മാർ ജയിക്കട്ടെ!
ക്ഷൗരത്തിനു വിസമ്മതിക്കുന്നു.
ഇറച്ചിക്ഷണം പോലുള്ള കൃതാവ്.

എല്ലുപൊടിക്കുന്നതിന്റെ താളമേളങ്ങൾ
കട്, കട്, കട്
പൊടി, പൊടി, പൊടി.
ശ് ശ് ശ്
ദണ്ഡ്
ഏറ്റുമുട്ടൽ
തണുപ്പ്
ഒട്ടിപ്പ്.

ഡം
പൊടി പൊടി
ദുക്കി നന്ദൻ
ജങ്ജൻ പാണ്ഡെ
കുന്ദൻ എന്ന വണ്ടിക്കാരൻ
ബാങ്കെ ബിഹാരി.

തട്ടലും തമക്കലും
മുട്ടലും തട്ടലും
കുണ്ടും കുഴിയും
അടിയും പിടിയും
ഹാ ഹാ ഹാ

ക ഖ ഗ ഘ ങ
പാതാളം നരകം മദ്ധ്യസ്ഥലം.'

"ദാദാ ഞാൻ അങ്ങയിൽനിന്നും ചൂണ്ടിയതല്ലെന്നു
സാക്ഷ്യപ്പെടുത്തണം."
"സസന്തോഷം!"
"ഈ പുതിയ യുഗത്തിൽ അങ്ങ് പുതിയൊരു ഇതിഹാസമെഴു
തണം."
"നോക്കട്ടെ. എന്താണു വിഷയം?"
"താളരഹിതനായ ഹിഡിംബ ലോകം കീഴടങ്ങുന്നു."
'ഞാൻ പുപ്പുവിനോടു ചോദിച്ചു. "എങ്ങനെയുണ്ട് ഇഷ്ടപ്പെട്ടോ?"
"കുഴഞ്ഞുമറിഞ്ഞതാണ്" അവൾ പറഞ്ഞു.
"ഏതർത്ഥത്തിൽ?"
"ദൈവത്തിനു മേൽ പിശാചുക്കളുടെ വിജയത്തിൽ ഞാനിപ്പോഴും
വെറുപ്പു പ്രകടിപ്പിക്കാത്തത് എന്നെ അത്ഭുതപ്പെടുത്തുന്നു എന്ന അർത്ഥ
ത്തിൽ. ആ മുരട്ടുകാളകളോടാണെനിക്കിഷ്ടം തോന്നുന്നത്."

"അതു നീയൊരു പെണ്ണായതുകൊണ്ടാണ്. അടിച്ചമർത്തൽ
ഇപ്പോഴും നിന്നെ മോഹിപ്പിക്കുന്നു. നിന്നെ പരാജയപ്പെടുത്താൻ കഴിയു
ന്നവരുടെ ബലത്തിൽ നീ മതിമറക്കുന്നു."

"ഭീകരമായി ആക്രമിക്കപ്പെടാനൊന്നും ഞാനാഗ്രഹിക്കുന്നില്ല.
എന്നാൽ ആണത്തം ഭീകര രൂപമാർജ്ജിക്കുമ്പോൾ അതു മനോഹരമായി
തോന്നും."

"ഞാനെന്താണു കരുതുന്നതെന്നു പറയാം. അധികാരം പ്രയോഗി
ക്കുന്നതിലല്ല ആണത്തം സ്ഥിതിചെയ്യുന്നത്. മറിച്ചാണ്. നാളിതുവരെ
ആണുങ്ങളാണ് സൗന്ദര്യം സൃഷ്ടിച്ചതും തമ്മിൽ ചേരാത്തതിനോട്
യുദ്ധം ചെയ്തതും. മനുഷ്യൻ ഭീരുവായിരിക്കുന്നിടത്തോളം മാത്രമേ
ചെകുത്താൻ കരുത്തനാണെന്നു നടിക്കൂ. അതിനുള്ള തെളിവ് ഞാനീ
ലോകത്തു നിന്നുതന്നെ തരാം."

പതിമൂന്ന്

പുപ്പു വല്യേച്ചിയുടെ അഭിമാനത്തിനു മുറിവേറ്റു. സന്ധ്യാനേരത്ത് അവൾ എന്റെ ചാരുകസേരയോട് ചേർന്നിരുന്നു. മറുവശത്തുകൂടെ നോക്കിക്കൊണ്ട് അവൾ പറഞ്ഞു:

"മുത്തശ്ശൻ എന്നെപ്പറ്റി ബാലിശമായ കഥകൾ ചമയ്ക്കുന്നു. എന്തു സന്തോഷമാണതിൽനിന്നും കിട്ടുന്നത്?"

ഇക്കാലത്ത്, അവളുടെ വാക്കുകൾ കേട്ട് ചിരിക്കാനുള്ള ധൈര്യം എനിക്കില്ല. അതിനാൽ അല്പം സ്നേഹം പുരട്ടി ഞാൻ പറഞ്ഞു:

"നിന്റെ പ്രായത്തിൽ നിനക്ക് എല്ലാത്തിനും തെളിവു വേണമെന്നു തോന്നും. എന്റെ കാലത്ത് മനസ്സ് എപ്പോഴും ചെറുപ്പമായിരിക്കുമെന്നു പറയാനാണ് ഇഷ്ടപ്പെട്ടിരുന്നത്. അതിനാൽ അവസരം കിട്ടുമ്പോഴൊക്കെ കുട്ടികളെപ്പോലെ അഭിനയിക്കാൻ നോക്കിയിരുന്നു. കാരണം ചിലപ്പോൾ അഭിനയം വരില്ല."

"നിങ്ങൾ എപ്പോഴും കുട്ടികളെപ്പോലെ പെരുമാറിയാൽ അതിനെ കുട്ടിത്തമെന്നല്ല പറയേണ്ടത്. യുവത്വം എപ്പോഴും വയസ്സിന്റെ അടയാള ങ്ങൾ കാണിക്കും."

"അത് ഗംഭീരമായി, വല്യേച്ചീ. കുട്ടികളുടെ മൃദുശരീരത്തിനു ള്ളിൽപോലും വഴങ്ങാത്ത എല്ലുകളുണ്ട്. അതെങ്ങനെ മറക്കാനാകും?"

"എന്റെ കുട്ടിക്കാലത്തും തമാശകൾ പറ്റിയിട്ടുണ്ട്. എങ്കിലും അതി നെപ്പറ്റി പറഞ്ഞു കളിയാക്കാനില്ല."

"ഉദാഹരണത്തിന്?"

"ഞങ്ങടെ അദ്ധ്യാപകനെയെടുക്കൂ. അദ്ദേഹം അസാധാരണമാം

വിധം സവിശേഷതയുള്ളയായാളാണ്. അതുകൊണ്ടാണ് ഞങ്ങൾക്ക് അദ്ദേ
ഹത്തെ ഏറെയിഷ്ടം."

"എന്തൊക്കെയാണ് അദ്ദേഹം പറയാറുള്ള കാര്യങ്ങൾ?"

"ഞാൻ അദ്ദേഹത്തിന്റെ മുഖം ഇപ്പോഴും ഓർക്കുന്നു. ക്ലാസിൽ
അദ്ദേഹം എല്ലാത്തിനും അപ്പുറമാണ്. പാഠപുസ്തകങ്ങൾ കാണാപ്പാഠം.
തല അല്പം മുകളിലേക്ക് ഉയർത്തിപ്പിടിച്ചിരിക്കും. പാഠങ്ങൾ ചുരുൾ
നിവർത്തിയെടുക്കുമ്പോലെ. ആകാശത്തുനിന്നും വാക്കുകൾ വന്നുവീഴും
പോലെ. ഞങ്ങൾ ക്ലാസിൽ ഉണ്ടെന്നോ പാഠങ്ങൾ ഹൃദിസ്ഥമാക്കുന്നോ
എന്നതൊന്നും അദ്ദേഹത്തെ അലട്ടാറേയില്ല. അതു ഞങ്ങളുടെ ഇഷ്ട
ത്തിന് വിട്ടു തന്നിരിക്കുന്നു."

"നിങ്ങടെയൊക്കെ മുഖം മനസ്സിലാക്കാൻ ഒരുപക്ഷേ, അദ്ദേഹത്തിന്
അവസരം ലഭിച്ചിട്ടുണ്ടാവില്ല."

"അതിനൊന്നും അദ്ദേഹം മെനക്കെടാറേയില്ല. ഒരു ദിവസം അവ
ധിയപേക്ഷയുമായി ഞാൻ അദ്ദേഹത്തിന്റെ മുറിയിലേക്കു പോയി. അത്
അദ്ദേഹത്തെ ആകെ അസ്വസ്ഥനാക്കി. അദ്ദേഹം കസേരയിൽനിന്നും
ചാടിയെണീറ്റു. ഞാനേതോ മുതിർന്ന സ്ത്രീയാണെന്ന രീതിയിലായി
രുന്നു ആ പെരുമാറ്റം."

"സങ്കല്പിക്കാൻ പോലുമാകാത്ത തെറ്റുകൾ അദ്ദേഹത്തിന്റെ സഹജ
സ്വഭാവം ആയിട്ടുണ്ടാവണം."

"തീർച്ചയായും."

"മുത്തശ്ശന്റെ താടീം മീശേം കണ്ടിട്ട് നവാബ് ഖാനേഷ് ഖാന്റെ
പ്രൈവറ്റ് സെക്രട്ടറിയാണെന്നു തോന്നാതിരുന്നാൽ മതിയായിരുന്നു.
എന്നെ കളിയാക്കരുത്. അദ്ദേഹം മുത്തശ്ശന്റെ കൂട്ടുകാരനായിരുന്നില്ലേ?"

"അദ്ദേഹത്തെപ്പറ്റി പറയൂ."

"അദ്ദേഹത്തിന് ശത്രുക്കളൊന്നും ഉണ്ടായിരുന്നില്ല എന്നാൽ അദ്ദേ
ഹത്തെ പ്രോത്സാഹിപ്പിച്ച സുഹൃത്ത് ഞാൻ മാത്രമായിരുന്നു. അദ്ദേഹ
ത്തിന്റെ കിറുക്കുകളെപ്പറ്റി മറ്റുള്ളവർ പറയുമ്പോൾ അദ്ദേഹം അത്ഭുത
പ്പെടും. ഒരു ദിവസം അദ്ദേഹം എന്നരികിലെത്തി പറഞ്ഞു."

"ക്ലാസെടുക്കാൻ ചെല്ലുമ്പോൾ ഞാൻ കുട്ടികളുടെ മുഖത്തു നോക്കി
ല്ലത്രെ!"

ഞാൻ പറഞ്ഞു: "നിങ്ങളുടെ ജ്ഞാനത്തെക്കുറിച്ച് അവർക്ക് സന്ദേ
ഹമില്ല. അതിനാൽ ഗ്രഹണശേഷിയെക്കുറിച്ച് സംശയിക്കുന്നു. നിങ്ങൾ
പഠിപ്പിക്കുന്നതൊന്നും മറക്കില്ലെന്നവർ പറയുന്നു. എന്നാൽ നിങ്ങൾ പഠി
പ്പിക്കുകയാണെന്ന വസ്തുത മറന്നു പോകുന്നു."

"ഞാൻ പഠിപ്പിക്കുന്നു എന്ന കാര്യം വിസ്മരിച്ചില്ലെങ്കിൽ എനിക്ക്
പഠിപ്പിക്കാനാകില്ല. ഏതൊരദ്ധ്യാപകനും ചെയ്യുന്നതുമാത്രമേ ഞാനും
ചെയ്യുന്നുള്ളൂ. പഠിപ്പിക്കലിൽ ഞാനലിഞ്ഞുപോവുന്നു. എന്റെ മനസ്സിന്
ഇനിയുമത് താങ്ങാനാവുകയുമില്ല."

"ഒരു ജലജീവി നീന്തുമ്പോൾ നീന്തുകയാണെന്നേ അറിയുകയില്ല. എന്നാൽ ഒരു കരജീവി നീന്തുമ്പോൾ അത് മനസ്സിലാവും. ജ്ഞാന സമ്പാ ദനത്തിന്റെ കായലിൽ നിങ്ങൾ ആഴത്തിലുള്ള മത്സ്യമാണ്."

"ഞാൻ കുട്ടികളെ നോക്കുകയാണെങ്കിൽ ഞാനെങ്ങനെ പഠി പ്പിക്കും?"

"എവിടെയാണ് ക്ലാസ്?"

"എങ്ങുമില്ല. അതുകൊണ്ടാണല്ലോ ഒന്നും എന്നെ തടസ്സപ്പെടുത്താ ത്തത്. കുട്ടികൾ എന്റെ കാഴ്ച മറച്ചാൽ എനിക്ക് ക്ലാസിന്റെ ആത്മാവ് കാണാനാവില്ല. അപ്പോഴെനിക്ക് ക്ലാസിലെ കുലദേവതയെ കാണാനാ വില്ല."

"പുറത്തേക്കെറിയൂ പുസ്തകങ്ങൾ. ഇതാണോ നിങ്ങൾക്ക് പഠിപ്പി ക്കാനുള്ള പരമാവധി പാഠം?"

"ഞാൻ പഠിപ്പിക്കാറില്ല. എന്റെ ആത്മാവിനെ ഞാൻ ചുറ്റിക്കറക്കട്ടെ."

"എങ്ങനെയതു ചെയ്യും?"

"ഗംഗയൊഴുകുംപോലെ. ഇരുവശങ്ങളിൽ ചിലയിടത്ത് മരുഭൂമി കണ്ടേക്കാം ചിലയിടത്ത് കൃഷിഭൂമിയും. നഗരങ്ങളും ശ്മശാനങ്ങളും കട ന്നുപോയേക്കാം. ഓരോ ഘട്ടത്തിലും ആലോചിച്ചിരുന്നെങ്കിൽ ഗംഗാ മാതാവ് സാഗർ രാജാവിന്റെ മകളെ രക്ഷിക്കുമായിരുന്നില്ല. ഭഗീരഥന് ഗംഗയെ ഭൂമിയിലെത്തിക്കാൻ കഴിയുമായിരുന്നില്ല. സംഭവിക്കുന്നതെല്ലാം ഓരോരുത്തരുടെയും വിധിയാണ്. കൂടുതൽ സംഭവിക്കാൻ വെല്ലുവിളി ച്ചാൽ ഒഴുക്കു നിലയ്ക്കുകയായിരിക്കും ഫലം. എന്റെ അധ്യാപനം ആകാ ശത്തിൽ മേഘങ്ങളെന്നപോലെ ഒഴുകുന്നു. അതിൽനിന്നും മഴ പാടങ്ങ ളിൽ പതിക്കുന്നു. എന്നാൽ പാടങ്ങളെ ആശ്രയിച്ചത്ര വിളവ്. അസാധ്യ മായ കാര്യത്തിന് സമയം കളയാത്തതിനാലാണ് ഹെഡ്മാസ്റ്റർ എന്നോടു മുഷിയുന്നത്. ഹെഡ്മാസ്റ്റർ ഒരു യാഥാർത്ഥ്യമാണെന്നു കരുതുന്നത് വങ്ക ത്തരമാണ്."

പുപ്പു വല്യേച്ചി പറഞ്ഞു.

"കുറെ കുട്ടികൾക്ക് അങ്ങേരെ ഇഷ്ടമല്ല. ഒരു ദിവസം അവരോട് അദ്ദേഹം പറഞ്ഞു. നിങ്ങളുടെ മനസ്സിന് സ്വതന്ത്രമായി വികസിക്കാനായി ഞാനീ അധ്യാപകനെ മായ്ച്ചുകളയുന്നു."

വേറൊരു ദിവസം പറഞ്ഞതിങ്ങനെയായിരുന്നു:

"പഠിപ്പിക്കലിന്റെ കാര്യത്തിൽ ഞാൻ ഒരു ആഢ്യനും സിദ്ധുബാബു കാല്പനികനുമാണ്. എന്തിനു പറയുന്നു. ഞങ്ങൾക്ക് ആ പറഞ്ഞതിൽ ഒറ്റയക്ഷരവും പിടികിട്ടിയില്ല."

"എന്നുവച്ചാൽ നിന്റെ അധ്യാപകൻ ഒരു ക്ലാസിനെയാകെ ഉയർത്തി യെടുക്കുമ്പോൾ സിദ്ധു ഓരോ പ്രാവശ്യം ഓരോ കുട്ടിയെന്ന നിലയിൽ ചുമലിലേറ്റി കുഴി കടത്തിവിടുന്നു. ഇപ്പോൾ പിടികിട്ടിയോ?"

"ഇല്ല. എനിക്ക് രണ്ടും മനസ്സിലാക്കണമെന്നില്ല. അയാളെപ്പറ്റി പറയൂ. കേട്ടുകൊണ്ടിരിക്കാൻ രസമുണ്ട്."

"എനിക്കുമതു രസം തന്നെയാണ്. കാരണം അയാളെപ്പറ്റി മനസ്സി ലാക്കാൻ അല്പസമയമെടുക്കും. ഒരു ചൈനീസ് തത്ത്വജ്ഞാനിയെ ഉദ്ധ രിച്ചുകൊണ്ട് അയാളൊരു ദിവസം പറഞ്ഞു. ഒരു നിയമങ്ങളും ഇല്ലാത്ത രാജ്യമാണ് ഏറ്റവും നല്ല രാജ്യം."

"സ്കൂളിലെ ഏറ്റവും നല്ല ക്ലാസ് ഞങ്ങളുടേതു തന്നെയാണ്. അതി ലൊരു സംശയവുമില്ല."

പുപ്പു അഭിമാനപുരസ്സരം പ്രഖ്യാപിച്ചു.

"അതിനുകാരണം നിന്റെ അദ്ധ്യാപകന് നിങ്ങടെ പിൻബുദ്ധി വ്യക്ത മായിട്ടും അല്പബുദ്ധി കാണാനാകാത്തതായിരിക്കും."

ഞാൻ പറഞ്ഞു.

പുപ്പു തലകുലുക്കിക്കൊണ്ടു പറഞ്ഞു:

"ഇതൊരു തമാശയാണോ നിന്ദയാണോ?"

"ഇത് നേർത്തൊരു നർമ്മമാണ്. നടന്നുപോകുന്ന പോക്കിൽ നിന്റെ മുടിപിടിച്ച് ചെറുതായൊന്നു വലിക്കുംപോലെ. ഇതൊരു ന്യായീകരണ മൊന്നുമല്ല. നമ്മൾ തമ്മിലുള്ള ചെറിയൊരു യുദ്ധമായി കണ്ടാൽ മതി." ഞാൻ പറഞ്ഞു.

പുപ്പു വിടാൻ ഭാവമില്ല.

"അദ്ധ്യാപക മഹാശയന്റെ രീതികൾ തമാശ നിറഞ്ഞതാണ്. 'നീ തന്നെ നിന്റെ റെക്കോഡുകൾ സൂക്ഷിക്കണം' അങ്ങനെയാണ് അദ്ദേഹം പറയുക. 'എപ്പോഴും പരിശോധിക്കുന്നത് എന്റെ പണിയല്ല.' ഞങ്ങളുടെ ദിനസരിക്കുറിപ്പുകൾ ഞങ്ങൾ തന്നെ എഴുതുമായിരുന്നു. എങ്ങനെയാണ് മാർക്കിടുന്നതെന്നതിനെപ്പറ്റിയും ഞങ്ങൾക്ക് ധാരണയുണ്ടായിരുന്നു."

"എന്തായിരുന്നു ഫലം?"

"ഞങ്ങൾ ഞങ്ങൾക്ക് താണ മാർക്കേ നല്കിയിരുന്നുള്ളൂ. അതാണു വസ്തുതയും."

"നീ എപ്പോഴെങ്കിലും അദ്ദേഹത്തെ പറ്റിച്ചിട്ടുണ്ടോ?"

"മറ്റാരെങ്കിലുമായിരുന്നു മാർക്കിടുന്നതെങ്കിൽ പറ്റിക്കാനുള്ള ത്വര ഞങ്ങൾക്കുണ്ടാകുമായിരുന്നു. അവനവനെത്തന്നെ പറ്റിക്കുന്നത് മണ്ടത്ത രമാണ്. പ്രത്യേകിച്ചും അദ്ദേഹമൊരിക്കലും ഞങ്ങളെ പരിശോധിക്കാ ത്തപ്പോൾ."

"എന്നിട്ട്?"

"എന്നിട്ട്, ഓരോ മൂന്നുമാസത്തിലും ഞങ്ങൾ ഞങ്ങളെ വിലയി രുത്തും. മേലോട്ടോ കീഴോട്ടോ വളർച്ചയെന്നു സ്വയം മനസ്സിലാക്കും."

"സത്യയുഗത്തിലെ മഹാ ഹൈസ്കൂളായിരുന്നോ നിന്റേത്. ചെറിയ തട്ടിപ്പുകാരുപോലുമുണ്ടായിരുന്നില്ലേ അവിടെ?"

"അദ്ധ്യാപക മഹാശയൻ അചഞ്ചലനാണ്. അദ്ദേഹം പറയും: 'ഈ ലോകത്തിലെ ചില മനുഷ്യർ കള്ളന്മാരാകാൻ ജനിച്ചവരാണ്. എന്നാൽ അവനവനോട് ഉത്തരവാദിത്വമുള്ളവർക്ക് അങ്ങിനെയാകാനാവില്ല.' ഞങ്ങൾക്കു കിട്ടുന്ന ശിക്ഷകളും അപ്രകാരമായിരുന്നു. അതൊരിക്കലും കടുത്ത പീഡനമാവില്ല. ഒരു ദിവസം ഹാജർ വിളിക്കുമ്പോൾ എന്റെ ചങ്ങാതിയെ രക്ഷിക്കാൻ ഞാനൊരു കള്ളംപറഞ്ഞു. അപ്പോൾ അദ്ദേഹം പറഞ്ഞതിങ്ങനെയായിരുന്നു. നീ തെറ്റു ചെയ്തു. അതിനു പ്രായശ്ചിത്തം ചെയ്യണം. ഞാനങ്ങനെ ചെയ്തോയെന്ന് അറിയാൻ അദ്ദേഹം തുനിഞ്ഞ തുമില്ല."

"നീയങ്ങനെ ചെയ്തോ?"

"തീർച്ചയായയും."

"അതിനർത്ഥം നീ നിന്റെ പൗഡർഡപ്പ നിന്റെ സുഹൃത്തിനു നല്കി യെന്നാണോ?"

"ഞാൻ പൗഡർ ഉപയോഗിക്കാറില്ല."

"അതായത്. ഈ നിറം യാഥാർത്ഥ്യമാണെന്നാണോ?"

"അതെന്തോ ആകട്ടെ. ചുരുങ്ങിയത് ഞാനത് മുത്തശ്ശനിൽനിന്നും കടംവാങ്ങിയിട്ടില്ല. താരതമ്യപ്പെടുത്തിയാലതു മുത്തശ്ശനു തന്നെ മനസ്സി ലാവും."

"നാണക്കേട്. നമ്മുടെ വർണ്ണത്തിൽ നീ വ്യത്യാസം കാണുന്നുവെ ങ്കിൽ നീ നമ്മുടെ കുലത്തെയാകെ കുറ്റം പറയുകയാണ്. നമ്മൾ ഒരു ചോരയാണ്. വ്യത്യസ്ത വർണ്ണമാകാൻ കഴിയില്ല. നമുക്ക് ഒരു കവിയു ണ്ടായിരുന്നെങ്കിൽ നിന്റെ നിറം ബ്രഹ്മാവിന്റെ ചിരിയിൽനിന്നും ഉത്ഭവി ച്ചതാണെന്നു പ്രഖ്യാപിക്കുമായിരുന്നു."

"മുത്തശ്ശൻ ബ്രഹ്മാവിന്റെ പരിഹാസച്ചിരിയിൽ നിന്നായിരിക്കും പിറ ന്നത്."

"ഇതിനെയാണ് അന്യോന്യസ്തുതിയെന്നു പറയുന്നത്. പരസ്പരം സ്തുതിക്കൽ. നമ്മുടെ പൂർവ്വികർക്ക് രണ്ടുതരം ചിരി വശമുണ്ടായിരുന്നു. ഒന്നു പല്ലുകൊണ്ടും മറ്റേത് ബുദ്ധികൊണ്ടുള്ളതും. തന്റെ ചിരി ബുദ്ധി കൊണ്ടുള്ളതാണ്. അതിനെയാണ് ഇംഗ്ലീഷിൽ വിറ്റ് എന്നു പറയുന്നത്."

"മുത്തശ്ശാ നിങ്ങളൊരിക്കലും സ്വയം പുകഴ്ത്തൽ നിർത്തില്ല, അല്ലേ?"

"അതല്ലേ എന്റെ മുഖ്യഗുണം. അവനവനെ അറിയാവുന്ന അപൂർവ്വം പേരിലൊരുവനല്ലേ ഞാൻ?"

"മുത്തശ്ശന്റെ നാവ് പണിതുടങ്ങി. വേണ്ട, വേണ്ട. അതു നിർത്തുന്ന താണു നല്ലത്. നമ്മൾ സ്കൂളിലെ അദ്ധ്യാപകരെപ്പറ്റിയാണു പറഞ്ഞുതു ടങ്ങിയത്. പറഞ്ഞു പറഞ്ഞിപ്പോൾ അത് അങ്ങയെപ്പറ്റിയായി."

"അതിലെവിടെയാണ് തെറ്റ്? രണ്ടും സമാന വിഷയങ്ങളല്ലേ? ഇംഗ്ലീ ഷിൽ അതിനെ interesting എന്നായിരിക്കും പറയുക!"

"ആ വിഷയം എന്റെ മുന്നിൽ എപ്പോഴുമുണ്ട്. ഓർത്തെടുക്കേണ്ടതില്ല. അതിനെ മറക്കാനൊക്കില്ലെന്നു പറയുന്നതായിരിക്കും കൂടുതൽ ശരി."

"ശരി, നിന്റെ അദ്ധ്യാപകന്റെ പ്രത്യേകതകളെപ്പറ്റി ഞാൻ പറയാം. അതെഴുതിയെടുക്കുന്നതായിരിക്കും നല്ലത്."

ഒരു ദിവസം വൈകുന്നേരം അദ്ദേഹം ചില ആളുകളെ വീട്ടിലേക്കു ക്ഷണിച്ചു. അത് അദ്ദേഹത്തിന് ഓർമ്മയുണ്ടോയെന്നറിയാൻ ഞാൻ അതി രാവിലെ ആ വീട്ടിലെത്തി. അപ്പോഴദ്ദേഹം തന്റെ ജോലിക്കാരൻ കനയി യോടു സംസാരിക്കുകയായിരുന്നു.

കനയി പറഞ്ഞു: "ജഗദ്ധാർത്ഥി പൂജ കാരണം കൊഞ്ചിനെല്ലാം വലിയ വിലയായതിനാൽ ഞാൻ കുറെ ഞണ്ടു വാങ്ങി."

അപ്പോൾ അല്പം ഖേദത്തോടെ ചോദിക്കുന്നുണ്ടായിരുന്നു.

"ഈ ഞണ്ടുവച്ച് നീയെന്തെടുക്കാൻ പോകുന്നു?"

കനയി പറഞ്ഞു, "ഞാനത് ചുരയ്ക്കയ്ക്കൊപ്പമിട്ട് കറിയാക്കും. നല്ല രുചിയാണതിന്."

ഞാൻ ചോദിച്ചു. "മാസ്റ്ററേ നിങ്ങൾക്ക് കൊഞ്ചുതിന്നാൻ കൊതി യുണ്ടോ?"

മാസ്റ്റർ പറഞ്ഞു: "തീർച്ചയായും."

"അങ്ങനെയെങ്കിൽ അത് അടയ്ക്കണം."

"എന്തിന്? ഇപ്പഴേ കൊതിയൂറിക്കഴിഞ്ഞു. എനിക്കതിനെ ഞണ്ടിനു നേരെ തിരിച്ചാൽമതി."

"അങ്ങനെ മാറ്റുന്നതിൽ നിങ്ങളൊരു വിദഗ്ദ്ധനാണെന്നു തോന്നുന്നു."

അദ്ദേഹം പറഞ്ഞു: "ഞാൻ ഞണ്ടുകറി പലപ്പോഴും കഴിച്ചിട്ടുണ്ട്. എന്നാൽ മനസ്സിരുത്തി ആസ്വദിച്ചിട്ടില്ല. ഇപ്പോൾ ഞാൻ കനയിയുടെ വായിൽ വെള്ളമൂറുന്നതു കണ്ടു. എന്റെ മനസ്സിപ്പോൾ രാത്രി ഭക്ഷണ ത്തിന് ഞണ്ടു കഴിക്കുന്നതിനെപ്പറ്റിയാണ് ആലോചിക്കുന്നത്. നാവിൽ വെള്ളമൂറുന്നുണ്ട്. അടിവരയിട്ടു പറഞ്ഞാൽ, അതായത് ചുവന്ന പെൻസിൽ കൊണ്ട് അടിവരയിട്ടാൽ ഓർക്കാൻ എളുപ്പമായിരിക്കും."

മാസ്റ്റർ എന്നിട്ട് കനയിയോടായി ചോദിച്ചു.

"ആ കെട്ടിനുള്ളിൽ എന്താണ്?"

"മുരിങ്ങയ്ക്ക" അയാൾ പറഞ്ഞു.

മാസ്റ്റർ എനിക്കുനേരെ അഭിമാനപുരസ്സരം നോക്കിയിട്ടു പറഞ്ഞു "അതിലാണു തമാശ. ഇവൻ ചന്തയിൽ പോയപ്പോൾ ഞാൻ ചുരയ്ക്ക ത്തണ്ടിനെപ്പറ്റി ആലോചിച്ചു. ഇപ്പോഴിതാ ഇവൻ മടങ്ങിയെത്തി. കൊണ്ടു വന്നത് മുരിങ്ങയ്ക്കയും. അതാണ് ഉത്തരവുകൾ നല്കാതിരുന്നാലുള്ള ഗുണം."

ഗണിക്കപ്പെടുന്നില്ല. കഥ കേൾക്കുന്നവൾക്ക് ഒമ്പതും പറയുന

"അങ്ങനെയായിരുന്നെങ്കിൽ അല്പം മനസ്താപം ഉണ്ടാകുമായി

രുന്നു. പേരിൽ ചില പ്രശ്നങ്ങളുണ്ട്. പടവലങ്ങ എന്നു കേട്ടാൽ വിശപ്പു വരില്ല. എന്നാൽ കനയി അതു വാങ്ങിയിരുന്നെങ്കിൽ ഞാനെന്റെ ഇഷ്ട ത്തിൽ ചില മാറ്റങ്ങൾ വരുത്തിയേനെ. എന്റെ ജീവിതത്തിലാദ്യമായി ചിന്തയ്ക്കു ഞാനൊരു ഇടം നല്കുമായിരുന്നു. 'എന്തുകൊണ്ടിതു പരീ ക്ഷിച്ചുകൂടാ?' ചിലപ്പോൾ അത്ര മോശമല്ല എന്നു ഞാൻ കണ്ടെത്തി യെന്നും വരുമായിരുന്നു. ആ പാവം പച്ചക്കറിക്കെതിരെ ഞാൻ വച്ചുപു ലർത്തിയിരുന്ന മുൻവിധിയിൽനിന്ന് മോചിതനാവുമായിരുന്നു. എന്റെ ആസ്വാദനത്തിന്റെ തലം തന്നെ വികസിക്കുമായിരുന്നു. എന്റെ രുചിഭേദ ങ്ങൾക്ക് പുതിയ മേച്ചിൽപ്പുറങ്ങൾ ലഭിക്കുമായിരുന്നു. ഇങ്ങനെയാണ് കവികൾ അവരുടെ കൃതികളിലൂടെ അവരുടെ അഭിരുചികൾ നമ്മുടെ താക്കുന്നത്. ഇങ്ങനെയാണ് സൃഷ്ടിയുടെ പ്രക്രിയയ്ക്ക് അടിവരയിടു ന്നതായി അവരുടെ കൃതികൾ മാറുന്നത്."

"നിങ്ങളുടെ രുചിയുടെ ചക്രവാളത്തെ വികസിപ്പിക്കുന്നതിൽ കന യിക്കു പങ്കുണ്ടോ?"

"പിന്നില്ലേ? അവനില്ലായിരുന്നെങ്കിൽ ഞാനൊരിക്കലും മധുരച്ചീരയെ ശ്രദ്ധിക്കുമായിരുന്നില്ല. ആ പേരുതന്നെ എന്നെ കൊതിപ്പിക്കുന്നു. ഈ ലോകത്തിൽ നാം മുൻവിധികളിൽ നിന്നും മോചിതരാവുന്നുവെങ്കിൽ നമ്മുടെ കാഴ്ചകൾ എത്രമാത്രം വിസ്തൃതമാകും?"

"ആ മഹത്തായ ദൗത്യത്തിൽ ഏർപ്പെട്ടിരിക്കുകയാണോ നിങ്ങളുടെ കനയി."

"സഹോദരാ നിങ്ങളതു സമ്മതിച്ചു. അവന്റെ ഇഷ്ടത്തെ എന്റെ ഇഷ്ടത്തോടു ചേർത്തുവച്ചപ്പോൾ ഞാനെന്റെ സങ്കുചിതത്വത്തിൽനിന്നും മോചിതനായി. ഞാൻ എന്റെ മാത്രം ജീവിതമാണു നയിച്ചിരുന്നതെങ്കിൽ ഇതൊരിക്കലും സംഭവിക്കുമായിരുന്നില്ല."

"എനിക്കു മനസ്സിലായി. എന്നാൽ കനയിയുടെ മോഹങ്ങൾക്കുമില്ലേ പരിമിതികൾ...."

"ഞാനതിനെ വികസ്വരമാക്കി. അവൻ കിഴക്കൻ ബംഗാളിൽ നിന്നു ള്ളയാളാണ്. അവന് പയറെന്നു കേട്ടാലെ കലിയിളകും. ഇപ്പോൾ കായം ചേർത്തു വേവിച്ച പയറ് കഴിക്കാൻ അവന് വലിയ ഇഷ്ടമാണ്."

ഈ ഘട്ടമെത്തിയപ്പോൾ പെട്ടെന്ന് കനയി രംഗപ്രവേശം ചെയ്തു. അവൻ പറഞ്ഞു: "ഇന്നു ഞാൻ തൈരു വാങ്ങിയില്ല. കവിരാജ് വൈദ്യൻ തൈരു കഴിക്കരുതെന്നു പറഞ്ഞിരിക്കുകയാണ്."

തൈരിന്റെ വില ക്രമാതീതമായി ഉയർന്നു എന്ന കാര്യം ആവർത്തി ക്കുന്നതിനു പകരമാണ് അയാൾ കവിരാജിനെ ഇതിലേക്ക് വലിച്ചിഴച്ചത്. സമാശ്വാസമെന്ന നിലയിൽ അവൻ ഇങ്ങനെ പറഞ്ഞു: "അല്പം ഇഞ്ചി ചേർത്ത് ചായയുണ്ടാക്കിത്തരാം. അത് തണുപ്പത്ത് കുടിക്കാൻ നല്ലതാ യിരിക്കും."

"താങ്കളെന്താണു മാസ്റ്റർ പറഞ്ഞത്"

ഞാൻ ചോദിച്ചു.

"ഇഞ്ചി ചേർത്ത ചായ തരാൻ പോവുകയയാണോ?"

"ഓരോരുത്തർക്കും പ്രത്യേകം പ്രത്യേകം മറുപടി പറയുന്നതെ
ങ്ങനെ? കുടിക്കുന്നവർക്കെല്ലാം ഇഞ്ചി ചേർത്ത ചായ ലഭിക്കും. അത
വർക്കു നല്ലതായിരിക്കുകയും ചെയ്യും. വേണ്ടാത്തവർക്ക് വേണ്ട. അത്ര
തന്നെ."

ഞാൻ ചോദിച്ചു "ചൈനീസ് പഴമൊഴിയനുസരിച്ച് നിങ്ങളുടെ
വീട്ടിൽ യജമാനനില്ല, അല്ലേ?"

"ഇല്ല."

"പിന്നെങ്ങനെ ജോലിക്കാരൻ?"

"യജമാനമില്ലെങ്കിൽ പിന്നെന്ത് ജോലിക്കാരൻ?"

"യജമാനനെയും ജോലിക്കാരനെയും കൂട്ടിച്ചേർത്ത് താങ്കൾ ഒരു
സംയുക്തം ഉണ്ടാക്കിയോ?"

അദ്ദേഹം ചിരിച്ചു "പരസ്പരം വിദ്വേഷം പകർന്ന് ഓക്സിജനും
ഹൈഡ്രജനും അടുത്തടുത്തു കഴിയുന്നു. എന്നാൽ അവർ തമ്മിൽ
ചേർന്നാലോ? വെള്ളമായി."

"നിങ്ങൾ വിവാഹിതനാണോ? എങ്കിൽ നിങ്ങളുടെ ചൈനീസ് പഴ
മൊഴികൾ നഗരം വിട്ടിട്ടുണ്ടാകും. ഭാര്യ ഒരു അഭൗമ വസ്തുവൊന്നു
മല്ല. അവൾ മുഖപടം ധരിക്കുമെങ്കിലും അവളുടെ സാന്നിധ്യം ഒരു
ഭൗതിക യാഥാർത്ഥ്യമാണ്.അവളുടെ ഭരണത്തിൻകീഴിൽ പുരികമൊന്നു
വളച്ചാൽ രാജവംശമാകെ കലങ്ങിമറിയും. നിങ്ങളെ മുന്നോട്ടും പിറ
കോട്ടും അതുലച്ചു കളയും."

"അങ്ങനെയെങ്കിൽ ഭർത്താവ് തെക്കോട്ടുള്ള തീവണ്ടിയിൽ കയറി
രക്ഷപ്പെടും."

"നമ്മുടെ മാസ്റ്റർ ചിലപ്പോഴെല്ലാം തമാശകൾ പറയും. എന്നാൽ ഒരി
ക്കലും ചിരിക്കില്ല."

"ഈ മാസ്റ്ററെപ്പറ്റി എന്തെങ്കിലും കഥ ചമയ്ക്കേണ്ടിവന്നാൽ അങ്ങ്
എന്തെഴുതും?"

പുപ്പു വല്യേച്ചി ചോദിച്ചു.

"പത്തുലക്ഷം വർഷങ്ങൾ മാറ്റിവയ്ക്കേണ്ടി വരും! എന്നുവച്ചാൽ
അങ്ങ് അത്ഭുതകരമായ എന്തോ എഴുതും എന്നല്ലേ? അപ്പോ അങ്ങേക്ക്
ഇപ്പോഴത്തെ വിമർശകരെ നേരിടേണ്ടിവരില്ല, അല്ലേ?"

"ഒരെഴുത്തുകാരനും അത്തരക്കാരെ ഭയക്കാറില്ല. യാഥാർത്ഥ്യം
എന്താണെന്നുവച്ചാൽ വരും കാലങ്ങളിൽ നിലനില്ക്കണമെങ്കിൽ
ഞാനെന്റെ കഥകൾ പറയുന്നരീതി മാറ്റണം. ഞാനതു വിശദീകരിക്കാം.
ഇരുമ്പ്, കല്ല് തുടങ്ങിയ കഠിന പദാർത്ഥങ്ങൾ കൊണ്ടാണ് ലോകത്തിൽ

അടിസ്ഥാനവസ്തുക്കൾ നിർമ്മിച്ചിരിക്കുന്നത്. അവയെ ചെത്തിമിനുക്കി യെടുക്കുന്നതിനും യുഗങ്ങൾതന്നെ വേണ്ടിവന്നു. അവയുടെ കാഠിന്യം ആരാലും സ്പർശിക്കാതെ യുഗങ്ങളോളം നീണ്ടു. ക്രമേണ മൃദുല വസ്തു ക്കൾ അതിനുമേൽ ലേപനം ചെയ്യപ്പെട്ടു. അതിനുമീതെ പച്ചപ്പട്ടു വിരിച്ചു, സ്രഷ്ടാവിന്റെ അന്തസ്സു കാക്കാനായിരുന്നു അത്. ക്രമേണ മൃഗങ്ങൾ പ്രത്യക്ഷമായി. അവ തങ്ങളുടെ കൂറ്റൻ ശരീരവും തേറ്റകളും വലിയ വാലു കളുമായി നടന്നു. അവ അത്ഭുതജീവികളായിരുന്നു. അവയുടെ ശരീര ത്തിൽ അടിഞ്ഞുകൂടിയിരുന്ന മാംസം അവയ്ക്കു ഭാരമായി. അതിന് സ്രഷ്ടാവിന്റെ അംഗീകാരവും ലഭിച്ചില്ല. അദ്ദേഹം യുഗങ്ങൾ നീളുന്ന പരീക്ഷണങ്ങളിൽ ഏർപ്പെട്ടു. അവസാനം മനസ്സുള്ള മനുഷ്യനെ അവൻ സൃഷ്ടിച്ചു. ആവശ്യമില്ലാതിരുന്ന വാൽ അപ്രത്യക്ഷമായി. ആവശ്യത്തി നുമാത്രം എല്ലുകളും മാംസങ്ങളും നല്കി. കട്ടിയേറിയ ചർമ്മം മൃദുല തയ്ക്കു വഴിമാറി. കൊമ്പും കുളമ്പും കൊഴിഞ്ഞു. നാലുകാലുകൾ രണ്ടായി ചുരുങ്ങി. തന്റെ സൃഷ്ടിയെ കൂടുതൽ ഫലപ്രദമാക്കാൻ സ്രഷ്ടാവ് ശ്രമിച്ചുകൊണ്ടേയിരുന്നു. മനുഷ്യനിൽ പ്രാകൃതത്വവും പരി ഷ്കാരവും ചേർന്നുനിന്നു. മനസ്സും ശരീരവും ഏറ്റുമുട്ടി. ദൈവം വീണ്ടും തലകുലുക്കി കൊണ്ടുപറഞ്ഞു. 'ഇതും ശരിയായില്ല.' ഈ യുഗവും ഏറെ നീണ്ടുനില്ക്കുകയില്ല എന്നതിന്റെ ലക്ഷണങ്ങൾ കണ്ടുതുടങ്ങി. വലിയ വലിയ ശാസ്ത്ര മുന്നേറ്റങ്ങളിലൂടെ അതു സ്വയം നശിക്കും. കുറെ ആയിരം വർഷങ്ങൾകൂടി കടന്നുപോകും. ക്രമേണ മാംസം കൊഴിഞ്ഞു പോവുകയും മനസ്സ് ശക്തമാവുകയും ചെയ്യും. ഈ യുഗത്തിലായിരിക്കും നമ്മുടെ അദ്ധ്യാപക മഹാശയന്റെ മനസ്സ് ശരീരമില്ലാത്ത കുട്ടികളുടെ ക്ലാസിൽ ഇരിപ്പുറയ്ക്കുക. ഒരു മനസ്സിൽനിന്നും മറ്റൊന്നിലേക്കു പരന്ന് ബാഹ്യമായ ഒരു തടസ്സങ്ങളുമില്ലാതാകുമ്പോൾ അദ്ദേഹത്തിന്റെ അദ്ധ്യാ പന രീതികൾ കുട്ടികളുടെ മനസ്സുമായി ഒത്തുചേരുന്ന കാര്യം സങ്കല്പിച്ചു നോക്കു."

"ഭൗതികമായ ഇന്ദ്രിയങ്ങളും ഇല്ലാതാകുമോ?"

"അതില്ലെങ്കിൽ ബുദ്ധിശക്തിക്ക് ഒന്നും ചെയ്യാനാവാത്ത അവസ്ഥ വന്നുചേരും. നല്ലതും ചീത്തയും തമ്മിലും ബുദ്ധിമാനും വിഡ്ഢിയും തമ്മിലും ഉള്ള വ്യത്യാസങ്ങൾ എപ്പോഴുമുണ്ടാവും. മനുഷ്യസ്വഭാവം പല തരത്തിലാണ്. ചിന്ത വൈവിധ്യപൂർണ്ണവും ആഗ്രഹങ്ങൾ ഒരു പോലെയുമാണ്. ഈ അസമാനമായ ലോകത്തിലേക്കു പ്രവേശിക്കാൻ കഴിയുന്നവനായിരിക്കും നല്ല അദ്ധ്യാപകൻ. അപ്പോൾ വിദ്യാഭ്യാസം ഒരു ആന്തരിക പ്രക്രിയയായി മാറും."

"മുത്തശ്ശാ എവിടെയാണീ സ്കൂളെന്ന് എനിക്ക് ഓർക്കാനാവുന്നില്ല."

"ഈ ലോകത്തിന് മൂന്നു വീടുകളുണ്ട്. ഒന്ന് കടലിനടിയിൽ, ഇനി യ്യൊന്ന് കരയിൽ, മറ്റൊന്ന് ആകാശത്തിൽ. ആകാശത്ത്. നല്ല കാറ്റും

വെളിച്ചവുമുണ്ടാവും. അവിടെയിപ്പോൾ ശൂന്യമാണ്. അവിടം അടുത്ത യുഗത്തിനായി കാത്തിരിക്കുകയാണ്."

"അങ്ങനെയാണെങ്കിൽ ക്ലാസെല്ലാം കാറ്റത്ത് പറന്നു പോവില്ലേ? അപ്പോഴത്തെ വിദ്യാർത്ഥികൾ എങ്ങനെയിരിക്കും?"

"അതു വിശദീകരിക്കാൻ പ്രയാസമാണ്. ഉറപ്പായും അവർക്ക് രൂപ മുണ്ടാകും. എന്നാൽ ആ രൂപം ഉറച്ചതായിരിക്കുകയില്ല. എന്നാൽ ഉറ പ്പായും അവർ വിവിധ വർണ്ണങ്ങളിലുള്ള വെളിച്ചംകൊണ്ടു നിർമ്മിച്ചവ രാകും.

അതിനുള്ള സാധ്യത കാണുന്നു. ഈ പ്രപഞ്ചത്തിൽ ശരീരത്തിന്റെ രൂപം പ്രാപിക്കാൻ ഓന്തിനെപ്പോലെ കാത്തിരിക്കുന്ന കണങ്ങളുണ്ടെന്ന് നീ കഴിഞ്ഞ ദിവസം ശാസ്ത്ര ക്ലാസിൽ പഠിച്ചില്ലേ? ആ ഘട്ടത്തിൽ പ്രകാശം അതിന്റെ ആവിഷ്കാരരൂപം കണ്ടെത്തും. നിങ്ങളെല്ലാം ക്ലാസിൽ പ്രകാശവീചികളിലായിരിക്കും ഇരിക്കുക. അക്കാലത്ത് മുഖ സൗന്ദര്യത്തിനുള്ള കുഴമ്പു വില്ക്കുന്നവരെല്ലാം പാപ്പരാകും."

"എന്തിന് അവർ പാപ്പരാകുന്നു? അവരും പ്രകാശമായി മാറില്ലേ?"

"പാപ്പരാവുകയെന്നാൽ വെളിച്ചമായി മാറുകയെന്നാണർത്ഥം."

"മുത്തശ്ശാ ഞാനേത് നിറമായിട്ടാവും മാറുക?"

"സ്വർണ്ണവർണ്ണം"

"മുത്തശ്ശനോ"

"പരിശുദ്ധ റേഡിയം"

"അക്കാലത്ത് വെളിച്ചങ്ങൾ തമ്മിൽ യുദ്ധമുണ്ടാവില്ല. അല്ലേ മുത്തശ്ശാ... ഇലക്ട്രോണുകൾക്കുവേണ്ടി കടിപിടിയുണ്ടാകാൻ സാദ്ധ്യ തയുണ്ടോ?"

"നീയെന്നെ കഷ്ടത്തിലാക്കി. നമുക്ക് വെളിച്ചത്തിന്റെ ഐക്യരാഷ്ട്ര സംഘടന വേണ്ടിവരും. ഇലക്ട്രോണിനുവേണ്ടി നടക്കുന്ന കലഹത്തിന്റെ സ്വരങ്ങൾ ഞാനിപ്പോഴേ കേൾക്കുന്നു."

"എല്ലാം നല്ലതിനാവട്ടെ മുത്തശ്ശാ. അങ്ങേക്കപ്പോൾ കവിതയിൽ ആത്മാവിനെ പ്രവേശിപ്പിക്കാം. അയ്യോ... അപ്പോൾ ഭാഷയുണ്ടാകുമോ?"

"വാക്കുകളുടെ ഭാഷ അപ്പോൾ വികാരങ്ങളുടെ ഭാഷയായി പരി വർത്തനപ്പെടും. അപ്പോൾ വ്യാകരണമൊന്നും കാണാതെ പഠിക്കേണ്ടി വരില്ല."

"പാട്ടുകളോ?"

"സംഗീതം വർണ്ണങ്ങളായി മാറും. അതൊന്നും അത്ര എളുപ്പമാവില്ല. രാഗങ്ങൾ ആകാശത്തിന്റെ എല്ലാ കോണുകളിലേക്കും ഒഴുകും. അക്കാ ലത്തെ താൻസെൻമാർ ചക്രവാളങ്ങളെ പുതിയ പ്രഭാവലയങ്ങളാൽ പ്രശോഭിതമാക്കും."

"അങ്ങയുടെ അതിരുകളില്ലാത്ത കാവ്യശകലങ്ങൾക്ക് എന്തു സംഭ വിക്കും?"

"ഇരുമ്പിന്റെയും സ്വർണ്ണത്തിന്റെയും ഇലക്ട്രോണുകളിൽ അവ വലയം പ്രാപിക്കും."

"അക്കാലത്തെ മുത്തശ്ശിമാർ അതിനു സമ്മതിക്കുമെന്നു തോന്നുന്നില്ല."

"അക്കാലത്തെ പേരക്കുട്ടികൾ സന്തോഷത്താൽ തുള്ളിച്ചാടുമെന്നാണ് എനിക്കു തോന്നുന്നത്."

"അങ്ങനെയാണെങ്കിൽ പ്രകാശയുഗത്തിലും മുത്തശ്ശന്റെ പേരക്കിടാവായിത്തന്നെ പിറക്കാൻ ഞാൻ ശ്രമിക്കും. എന്തൊക്കെയായാലും ഇക്കാലത്ത് മുത്തശ്ശൻ എന്റെ ഈ മാംസത്തിലും രൂപത്തിലും എന്നെ സഹിക്കേണ്ടിവരും. ഞാനിപ്പോൾ സിനിമ കാണാൻ പോകുന്നു."

"ഏതു സിനിമയ്ക്ക്?"

"ഒളിവിലെ സീത."

പതിനാല്

അടുത്ത ദിവസം പ്രഭാതത്തില്‍ പുപ്പു വല്യേച്ചി ഞാന്‍ ആവശ്യ പ്പെട്ട പ്രാതല്‍ കൊണ്ടുത്തന്നു. ശര്‍ക്കര ചേര്‍ത്ത വെള്ളക്കടല ഒരു കുടു വന്‍ പാത്രത്തില്‍ പകര്‍ന്നെടുത്തിരുന്നു. പുരാതന ബംഗാളി വിഭവങ്ങള്‍ ആധുനിക കാലത്ത് പുനര്‍ജ്ജീവിപ്പിക്കാനുള്ള യത്നത്തിലായിരുന്നു ഞാന്‍.

അവള്‍ ചോദിച്ചു.

"ചായ വേണോ?"

"വേണ്ട. ഈത്തപ്പഴച്ചാറ് മതി."

വല്യേച്ചി ചോദിച്ചു.

"എന്താണിന്ന് ഒരു വല്ലായ്മ? ദുഃസ്വപ്നം വല്ലതും കണ്ടോ?"

"സ്വപ്നനിഴലുകള്‍ എന്റെ മനസ്സിലൂടെ പാഞ്ഞുപോയി. സ്വപ്നങ്ങള്‍ ആണ് നിഴല്‍ മാത്രമായി. ഇപ്പോള്‍ നിന്റെ കുട്ടിത്തത്തെപ്പറ്റിയുള്ള ഒരു കഥ ഓര്‍മ്മവരുന്നു. പറയട്ടെ?"

"പറഞ്ഞോളൂ."

"ആ ദിവസം എഴുത്തുനിര്‍ത്തി ഞാന്‍ വരാന്തയില്‍ ഇരിക്കുകയാ യിരുന്നു. നീയും സുകുമാരനും അടുത്തുണ്ടായിരുന്നു. രാത്രിവന്നു. തെരു വുവിളക്കുകള്‍ കത്താന്‍ തുടങ്ങി. സത്യയുഗത്തിലെ കഥകള്‍ നിനക്കായി സൃഷ്ടിക്കുകയായിരുന്നു ഞാന്‍."

"കഥകള്‍ ഉണ്ടാക്കിയെടുക്കുന്നു? അങ്ങ് അസത്യയുഗത്തിലേക്കു പോവുകയാണോ?"

"അതിനെ അസത്യമെന്നു വിളിക്കരുത്. വയലറ്റ് വര്‍ണ്ണത്തിന്റെ അതി

രുകൾ ഭേദിക്കുന്ന പ്രകാശരശ്മിയെ കാണാനാവില്ല. അത് നിലനില്ക്കു
ന്നില്ല എന്നു പറയാനുമാവില്ല. അത് മോശമായിത്തന്നെ നിലനില്ക്കും.

സത്യയുഗത്തിൽ മനുഷ്യൻ സൃഷ്ടിച്ച അൾട്രാവയലറ്റ് രശ്മികളിൽ
ചരിത്രത്തിളക്കം കാണാനാകും. അതിനെ പ്രാഗ്ചരിത്രമെന്നൊന്നും
ഞാൻ വിളിക്കുന്നില്ല. അത് ചരിത്രാതീത കാലമാണ്."

"വിശദീകരിച്ചതു മതി. കഥ തുടരൂ. മുത്തശ്ശാ."

"സത്യയുഗത്തിൽ മനുഷ്യർ പുസ്തകങ്ങളിൽനിന്നോ റിപ്പോർട്ടുക
ളിൽനിന്നോ ആയിരിക്കുകയില്ല പഠിക്കുന്നതെന്നു പറഞ്ഞുവരികയായി
രുന്നു ഞാൻ. ജ്ഞാനം സ്വന്തം നിലയിൽ വികസിച്ചുവരും."

"എനിക്കൊന്നും പിടികിട്ടുന്നില്ല."

"ശ്രദ്ധിച്ചു കേൾക്കൂ. എന്നെ അറിയാമെന്ന കാര്യത്തിൽ നിനക്കു
വിശ്വാസമുണ്ടോ?"

"തീർച്ചയായും."

"നിനക്കെന്നെ അറിയാം. എന്നാൽ ആ അറിവ് തൊണ്ണൂറ്റൊമ്പതര
ശതമാനവും യഥാർത്ഥ അറിവല്ല. നീ ആഗ്രഹിക്കുമ്പോഴൊക്കെ ഞാനാ
വാൻ കഴിയുമ്പോഴാണ് അറിവ് യഥാർത്ഥ അറിവാകുന്നത്."

"അപ്പോൾ, നാമിപ്പോൾ ഒന്നും അറിയുന്നില്ലെന്നാണോ പറഞ്ഞുവ
രുന്നത്?"

"തീർച്ചയായും അറിയുന്നില്ല. നമുക്ക് കാര്യങ്ങൾ അറിയാമെന്നു നാം
വെറുതേ കരുതുക മാത്രമാണ്. പൊതുവായുള്ള ഈ തോന്നലിലൂന്നി
യാണ് നാം കാര്യങ്ങൾ ചെയ്യുന്നത്."

"എന്നിട്ടും ഈ കാര്യങ്ങൾ കുഴപ്പം കൂടാതെ നടന്നു പോകുന്നു
ണ്ടല്ലോ?"

"അതു ശരിതന്നെ, എന്നാൽ ഈ പോക്ക് സത്യയുഗത്തിന്റേതല്ല.
അതാണു ഞാൻ പറയുന്നത്, സത്യയുഗത്തിൽ ആളുകൾ കണ്ടിട്ടോ
തൊട്ടിട്ടോ അല്ല കാര്യങ്ങൾ അറിയുക, അറിവിനെ അറിയുകയായിരിക്കും
ചെയ്യുക."

സ്ത്രീ മനസ്സ് സദാ തെളിവിൽ പിടിച്ചു തൂങ്ങും തന്റെ ആശയങ്ങൾ
പുപ്പുവിനെ ആഹ്ളാദിപ്പിക്കില്ലെന്നാണ് ഞാൻ കരുതിയത്. എന്നാൽ അത്
അവളുടെ ആകാംക്ഷയെ ഉണർത്തി.

"അതു കൊള്ളാമല്ലോ" എന്നായിരുന്നു അവളുടെ പ്രതികരണം.

അവൾ അത്ഭുതത്തോടെ ചോദിച്ചു. "മുത്തശ്ശാ ഇക്കാലത്ത് ശാസ്
ത്രം പല നേട്ടങ്ങളും കൈവരിച്ചതായി അവകാശപ്പെടുന്നുണ്ടല്ലോ. മരിച്ചു
പോയവരുടെ പാട്ടുകൾ നാം കേൾക്കുന്നു. വിദൂര ദേശങ്ങളിലുള്ള മനു
ഷ്യരുടെ മുഖങ്ങൾ നാം കാണുന്നു. ഈയത്തെ സ്വർണ്ണമാക്കുന്നതായും
കേൾക്കുന്നു. ചിലപ്പോൾ വൈദ്യുതിപോലെ ഒരാളെ വേറൊരാളുമായി
ബന്ധപ്പെടുത്താൻ കഴിഞ്ഞെന്നുവരില്ലേ?"

"അത് അസാദ്ധ്യമൊന്നുമല്ല – എന്നാൽ അപ്പോൾ നീയെന്തു ചെയ്യും. നിനക്ക് എന്നിൽനിന്നും ഒന്നും ഒളിക്കാനാകാതെ വരും!"

"ദൈവമേ! മനുഷ്യർക്ക് ഏറെ ഒളിക്കാനുണ്ട്!"

"നാം അതിനെ ഒളിക്കുന്നത് ഒളിക്കാൻ ഉള്ളതുകൊണ്ടാണ്; ആർക്കും ഒന്നും ഒളിക്കാൻ ഇല്ലെങ്കിൽ എല്ലാരും എല്ലാരെപ്പറ്റിയും എല്ലാം അറിയും. ചീട്ടുകളിയിൽ മറ്റുള്ളവരുടെ കൈയിലുള്ളതു കാണുന്നതു പോലെ!"

"എങ്കിലും നാണക്കേടു തോന്നേണ്ട ചിലതുണ്ട്."

"നാണംകെട്ട കാര്യങ്ങളെല്ലാം വെളിപ്പെട്ടുകഴിഞ്ഞാൽ പിന്നെ നാണം എന്നൊന്നുണ്ടാവില്ല."

"അതുപോട്ടെ. എന്നെപ്പറ്റി എന്താണു പറയാൻ പോകുന്നത്?"

"സത്യയുഗത്തിലെത്തുമ്പോൾ എന്തായിത്തീരാനാണ് നിന്റെ ആഗ്ര ഹമെന്ന് ഞാനിന്നലെ നിന്നോട് ചോദിച്ചിരുന്നു. നീയപ്പോൾ പറഞ്ഞ തെന്തെന്നറിയാമല്ലോ? 'അഫ്ഗാൻ പൂച്ച' എന്നല്ലേ?"

പുപ്പു പ്രകോപിതയായി.

"ഇല്ല, ഞാനൊരിക്കലും അങ്ങനെ പറഞ്ഞിട്ടില്ല. മുത്തശ്ശൻ എല്ലാം ഉണ്ടാക്കിപ്പറയുകയാണ്."

"എന്റെ സത്യയുഗം എന്റെ സൃഷ്ടിയാവാം. എന്നാൽ നിന്റെ വാക്കു കൾ നിന്റേതു മാത്രമാണ്. എന്നെപ്പോലെ വായാടിയായ ഒരു കിഴ വൻപോലും ഇത്ര പെട്ടെന്ന് അങ്ങനെയൊന്ന് ഉണ്ടാക്കിപ്പറയാനാവില്ല."

"അങ്ങനെ ആഗ്രഹിച്ചു എന്നു പറയുകവഴി എന്നെ ഒരു വിഡ്ഢി യാക്കാനാണ് മുത്തശ്ശൻ നോക്കുന്നത്."

"നിനക്ക് അഫ്ഗാൻ പൂച്ചകളെ വലിയ ഇഷ്ടമാണെന്നാണ് ഞാൻ കരുതിയത്. നിന്റെ അച്ഛന് പൂച്ചകളെ ഇഷ്ടമില്ലാത്തതിനാൽ അതൊരി ക്കലും നടക്കില്ലെന്നും കരുതി. സത്യയുഗത്തിൽ നിനക്ക് ഒരു പൂച്ചയെ വാങ്ങേണ്ടിവരില്ല. അല്ലെങ്കിൽ ഒന്നു ഉണ്ടാകേണ്ടി വരില്ല. നീ ആഗ്രഹി ക്കുംപോലെ നിനക്കുതന്നെ ഒരു പൂച്ചയായി മാറാം."

"ആദ്യം മനുഷ്യൻ. പിന്നെ പൂച്ച. എന്തു പ്രയോജനമാണതു കൊണ്ടു ണ്ടാവുക? അതിനേക്കാളൊക്കെ നല്ലത് ഒരു പൂച്ചയെ വാങ്ങുന്നതാണ്. അതിനു പറ്റിയില്ലെങ്കിൽ മിണ്ടാതിരിക്കുന്നതും."

"നിനക്ക് സത്യയുഗത്തിന്റെ അത്ഭുതങ്ങൾ ഉൾക്കൊള്ളാനാകുന്നില്ല എന്നു തോന്നുന്നു. ആ യുഗം പൂച്ചകളുടെ പരിമിതികൾക്കുള്ളിൽ കഴി യാൻ നോക്കരുത്. നീ നീയാവുക. പൂച്ച പൂച്ചയും."

"ഈ പറച്ചിലുകൾക്കൊന്നും ഒരർത്ഥവും കാണുന്നില്ല."

"സത്യയുഗത്തെ ഭാഷയിൽ വാക്കുകൾക്ക് ധാരാളം അർത്ഥം കാണും. കഴിഞ്ഞ ദിവസം നിന്റെ അദ്ധ്യാപകനായ പ്രമദബാബു നിന്നോടു പറഞ്ഞു വെളിച്ചത്തിന്റെ തന്മാത്രകൾ മഴപോലെ പെയ്യുന

സൂക്ഷ്മകണങ്ങളാണെന്ന്. അതേസമയം അതു പുഴപോലെ ഒഴുകുകയും ചെയ്യും. നമ്മുടെ സാധാരണ ബുദ്ധിക്ക് അതിൽ ഏതെങ്കിലും ഒന്നിനെ മാത്രം ഗ്രഹിക്കാനുള്ള ശേഷിയേയുള്ളൂ. എന്നാൽ ശാസ്ത്രമനസ്സിന് രണ്ടി നെയും ഉൾക്കൊള്ളാനാകും. അതുപോലെ സത്യയുഗത്തിൽ പുപ്പു ഒരേ സമയം പുപ്പുവും പുച്ചയും ആയിരിക്കും."

"മുത്തശ്ശാ നിങ്ങൾക്ക് പ്രായം കൂടുന്തോറും നിങ്ങളുടെ ഭാഷ കൂടു തൽ സങ്കീർണ്ണമാവുകയാണ് – നിങ്ങളുടെ കവിതകൾ പോലെത്തന്നെ!"

"ഞാൻ നിശ്ശബ്ദനാകേണ്ടതിനെപ്പറ്റിയുള്ള സൂചനയാണത്."

"കഴിഞ്ഞ ദിവസത്തെ നമ്മുടെ സംസാരം അഫ്ഗാൻ പുച്ചയ്ക്ക പ്പുറം പോയില്ലേ?"

"പിന്നെ; പോയി. അപ്പോൾ സുകുമാരൻ ഒരു മൂലയ്ക്കിരിക്കുകയാ യിരുന്നു." സ്വപ്നത്തിലെന്നപോലെ അവൻ പറഞ്ഞു.

"എനിക്കൊരു സാലവൃക്ഷമായാൽ കൊള്ളാമെന്നുണ്ട്."

"സുകുമാരനെ കളിയാക്കാനുള്ള ഒരവസരവും നീ പാഴാക്കുകയി ല്ലല്ലോ. അവന് സാല വൃക്ഷമാകണമെന്നുള്ള ആഗ്രഹം കേട്ടപ്പോഴെ ചിരി ക്കാൻ തുടങ്ങി." അവനാകെ നാണിച്ചു. ഞാനാ പാവത്തിന്റെ പക്ഷം പിടിച്ചു പറഞ്ഞു. "ഒന്നു സങ്കല്പിച്ചു നോക്കൂ."

"കിഴക്കൻ കാറ്റങ്ങനെ വീശുന്നു. മരമാകെ പൂത്തുലഞ്ഞിരിക്കുന്നു. അജ്ഞാതമായൊരു മനോഹാരിത പൂവുകൾക്കിടയിലൂടെ ഒഴുകിനട ക്കുന്നു. എങ്ങും പൂമണം പരക്കുന്നു. ഇതിന്റെ ഉള്ളിൽ നിന്ന് ആസ്വദി ക്കാൻ ആരാണു കൊതിച്ചുപോകാത്തത്. ഒരു മരമാകാനായില്ലെങ്കിൽ എങ്ങനെ നിങ്ങൾക്കെങ്ങനെ വസന്തകാലത്തിന്റെ സൗന്ദര്യം ഉൾക്കൊ ള്ളാനാകും?"

എന്റെ വാക്കുകൾ കേട്ടപ്പോൾ സുകുമാരൻ സന്തുഷ്ടനായി. എന്റെ മുറിയിൽനിന്നും ജാലകത്തിലൂടെ നോക്കിയാൽ ഒരു സാലവൃക്ഷം കാണാം. കിടക്കയിൽ കിടന്ന് നോക്കിയാൽ അതിന്റെ കിരീടം കാണാം. അപ്പോൾ അത് സ്വപ്നം കാണുകയാണോയെന്നു തോന്നും. സാലവൃക്ഷം സ്വപ്നം കാണുന്നു എന്നു കേട്ടയുടൻ നീ പറയാൻ തുടങ്ങി 'എന്തൊരു വിഡ്ഢിത്തമാണിത്' എന്. എന്നാൽ ആ വാക്കുകൾ പുറത്തുവരുന്ന തിനുമുന്നേ നിന്നെ തടഞ്ഞുകൊണ്ട് ഞാനിങ്ങനെ പറഞ്ഞു.

"സാലവൃക്ഷത്തിന്റെ ജീവിതമാകെ ഒരു സ്വപ്നമാണ്. വിത്തിൽ നിന്നും മുളയിലേക്ക് സ്വപ്നത്തിൽ നിന്നെന്നപോലെ അതുണരും. തൈയിൽനിന്നും മരത്തിലേക്കുണരുന്നതും അപ്രകാരം തന്നെ. അതിന്റെ ദലമർമ്മരങ്ങൾ പോലും സ്വപ്നഭാഷണം പോലെയാണ്." ഞാൻ സുകു മാരനോടു പറഞ്ഞു. "കഴിഞ്ഞ ദിവസം മുടിക്കെട്ടി മഴ ചാറുന്ന പ്രഭാ ത ത്തിൽ വരാന്തയിലെ അഴികളിൽ പിടിച്ച് നീ നില്ക്കുന്നതു കണ്ടു. എന്താ യിരുന്നു നിന്റെ ചിന്തയിൽ?"

"എനിക്കറിയില്ല എന്തായിരുന്നു ഞാൻ ചിന്തിച്ചിരുന്നതെന്ന്."

"അജ്ഞാതചിന്തകൾ നിന്റെ മനസ്സിൽ നിറഞ്ഞിരുന്നു. മേഘാവൃ
തമായ ആകാശം പോലെ. അജ്ഞാതമായ ചിന്തയാലോ വികാരത്താലോ
ആവാം സ്വയം നഷ്ടപ്പെട്ട് മരങ്ങളും നിലകൊള്ളുന്നത്. മഴമേഘങ്ങൾ
വന്നുനിറയുമ്പോൾ അവയുടെ ചിന്തകൾ ഇരുളുകയും ഹേമന്തപ്പുലരി
യിലെ വെയിലേല്ക്കുമ്പോൾ അവ ചിരിക്കുകയും ചെയ്യും. ആ ചിന്തക
ളുടെ ബഹിർസ്ഫുരണങ്ങളാണോ ദലമർമ്മരങ്ങൾ. പൂമൊട്ടുകളും പൂക്ക
ളുമപ്പോൾ പാടാൻ തുടങ്ങും." ആനന്ദത്താൽ അവന്റെ കണ്ണുകൾ വിടരു
ന്നത് ഞാനോർക്കുന്നു. "എനിക്കൊരു മരമാകാൻ കഴിഞ്ഞെങ്കിൽ ദല
മർമ്മരങ്ങൾ എന്റെ ശരീരത്തിലൂടെ കടന്ന് മേഘങ്ങളായി ചിതറിയേനെ."

സുകുമാരൻ കേന്ദ്രസ്ഥാനത്തേക്കു വരുന്നത് നീ ശ്രദ്ധിച്ചു. അവനെ
വശങ്ങളിലേക്കു തള്ളിമാറ്റി നീ വെളിച്ചത്തിലേക്കു പ്രവേശിച്ചു. "മുത്തശ്ശാ,
സത്യയുഗം വരുമെങ്കിൽ, എന്താവാനാണ് അങ്ങേയ്ക്കിഷ്ടം."

"നീ കരുതിയത് ഞാൻ വല്ല ദിനോസറോ മറ്റോ ആകണമെന്നായി
രിക്കും ആഗ്രഹിക്കുന്നതെന്നായിരിക്കും. കാരണം, കഴിഞ്ഞ ദിവസം
ഞാൻ മൃഗങ്ങളുടെ ലോകത്തെപ്പറ്റിയും പരിണാമത്തെപ്പറ്റിയും നിന്നോടു
പറഞ്ഞിരുന്നല്ലോ. അപ്പോൾ ഭൂമി അതിന്റെ യുവത്വത്തിലായിരുന്നു. ഭൂഖ
ണ്ഡങ്ങൾ രൂപപ്പെട്ടിരുന്നില്ല. സ്രഷ്ടാവിന്റെ കാൻവാസിൽ മരങ്ങളുടെയും
വള്ളികളുടെയും   ആദ്യവരകൾ വരച്ചു തുടങ്ങിയിട്ടേയുള്ളൂ. ഈ പുരാ
തന വനസ്ഥലികൾക്കു മേൽ അനിശ്ചിതത്വം നടമാടിയിരുന്നു. ഋതുക്കൾ
മാറിമാറി വന്നു. നമുക്ക് ചിന്തിക്കാൻപോലും ആകാത്തരീതിയിൽ ജീവ
ജാലങ്ങൾ ആവിർഭവിച്ചു. മനുഷ്യൻ ഭൂമുഖത്ത് ആവിർഭവിച്ച കാലത്തെ
ഭൂമി ഏപ്രകാരമായിരുന്നു എന്നറിയാൻ അവൻ എത്രമാത്രം കൊതിച്ചി
രുന്നുവെന്നു നീ കേൾക്കുകയുണ്ടായി. ചരിത്രാതീത കാലത്തെ സസ്യ
ജീവിയാകാനായെങ്കിലെന്ന് ഞാൻ വിളിച്ചു കൂവിയാൽ നിനക്ക് സന്തോ
ഷമാകുമായിരുന്നു. അതു നിന്റെ അഫ്ഗാൻ പൂച്ചയെപ്പോലെ കൊതിപ്പി
ക്കുന്ന ഒന്നാകുമായിരുന്നു. അങ്ങനെയെങ്കിൽ ഞാൻ നിന്റെ ഗണത്തിൽ
പെട്ടേനെ. സാധാരണഗതിയിൽ ഞാൻ നിന്നെ നിരാശപ്പെടുത്തുമായിരു
ന്നില്ല. എന്നാൽ സുകുമാരന്റെ വാക്കുകൾ എന്നെ വേറൊരു ലോക
ത്തേക്കു കൊണ്ടുപോയി."

"എനിക്കറിയാം. സുകുമാരേട്ടന്റെ ചിന്തകളാണല്ലോ, എപ്പോഴും
മുത്തശ്ശന്റെ ഹൃദയത്തോടു ചേർന്നിരിക്കുന്നത്."

പുപ്പു പരിഭവിച്ചു.

"അതിന് ഒരൊറ്റ കാരണമേയുള്ളൂ. അവൻ ഒരാൺകുട്ടിയാണ്.
ഞാനായിരുന്ന പോലെത്തന്നെ. എന്റെ കുട്ടിക്കാല മോഹങ്ങൾ വാർത്തെ
ടുത്ത അതേരീതിയിലാണ് അവന്റെ ഭാവനകളും. നീ നിന്റെ ചട്ടീം കല
വുമൊക്കെയായി അടുക്കള കളിക്കുമ്പോൾ നിന്റെ സ്വപ്നത്തിലെ അടു
ക്കള സൃഷ്ടിക്കുകയാണ്. എന്നാലെനിക്ക് നിന്റെയാ സ്വപ്നത്തെ ദൂരെ

മാറിനിന്നു കാണാനേ കഴിയൂ. നീ നിന്റെ പാവക്കുട്ടിയെ മുട്ടിലിരുത്തി ലാളിക്കുമ്പോൾ നിന്റെ സ്നേഹത്തിന്റെ ആഴം എനിക്ക് അളക്കാനാകില്ല."

"അതു വിട്ടുകളയൂ. അക്കാലത്ത് എന്താണ് ആഗ്രഹിച്ചിരുന്നതെന്നു പറയൂ."

"എനിക്ക് തുറസ്സായൊരു ഭൂപ്രദേശമാകണമായിരുന്നു. മാഘമാസ ത്തിലെ സായാഹ്നവും അസ്വസ്ഥമായ ഇളംകാറ്റും അശ്വത്ഥമരം കുട്ടിക ളെപ്പോലെ ഇളകുന്ന സമയം. ഒലിച്ചിറങ്ങുന്ന അരുവികൾ. അരുവിയുടെ ഇരുകരകളിലുമുള്ള നിഴൽ മരങ്ങൾ. അതിനപ്പുറവും കാണാനാവുന്ന തുറന്ന ആകാശം. അനന്തതയിൽ നിന്നും കാറ്റിനൊപ്പം ഒഴുകിയെത്തുന്ന മണിയൊച്ച. കാറ്റിലലിഞ്ഞു പോകുന്ന ഗാനശകലങ്ങൾ. സമയം അങ്ങനെ കടന്നുപോകുന്നു."

"നിന്റെ മുഖം കണ്ടാലറിയാം അതൊരു പരിപൂർണ്ണ ഭൂപ്രദേശമാക ണമെന്നായിരുന്നു നിന്റെ ആഗ്രഹം. ഒറ്റമരമുള്ള ഒരിടമല്ല. അരുവികളും മരങ്ങളും ആകാശവുമുള്ള ഒന്ന്."

സുകുമാരൻ പറഞ്ഞു: "മരങ്ങൾക്കുമീതെയും അരുവികൾക്കുമീ തെയും അങ്ങ് പടർന്നു നില്ക്കുന്നതായി സങ്കല്പിക്കുന്നത് നല്ല തമാശ യാണ്. യഥാർത്ഥത്തിൽ സത്യയുഗം എന്നൊന്നുണ്ടോ?"

"അതുവരുന്നതുവരെ നമുക്ക് ചിത്രങ്ങളും കവിതയുമുണ്ടല്ലോ. സ്വയം മറന്ന് വേറൊന്നാകാനുള്ള അത്ഭുതകരമായ പാതയാണണല്ലോ അത്."

"ഇപ്പറഞ്ഞതുപോലെയുള്ള ഏതെങ്കിലും ചിത്രം അങ്ങു വരച്ചിട്ടുണ്ടോ?" സുകുമാരൻ ചോദിച്ചു.

"ഉണ്ട്."

"എനിക്കും അത്തരമൊന്ന് വരയ്ക്കണം."

'അവന്റെ അധികപ്രസംഗം മുത്തശ്ശനെ ശുണ്ഠി പിടിപ്പിച്ചിട്ടുണ്ടാവും 'നിനക്ക് ഒരിക്കലും ഒന്നും വരയ്ക്കാനാകില്ല' എന്നു പറഞ്ഞിട്ടും ഉണ്ടാകും അല്ലേ?'

"അവന് തീർച്ചയായും അതിനു കഴിയും." ഞാനിങ്ങനെ പറഞ്ഞു.

"വരച്ചുകഴിയുമ്പോൾ ഞാൻ നിന്റെ ചിത്രം നീ എന്റേയും."

അതായിരുന്നു അന്നു നടന്ന സംഭാഷണം. അന്നു ഞങ്ങൾ പറഞ്ഞ ഒരു കാര്യം കൂടി ഞാൻ പറയാം. അപ്പോൾ നീ നിന്റെ പ്രാവിനു തീറ്റ നല്കാൻ പോയിരിക്കുകയായിരുന്നു. സുകുമാരൻ ചിന്താമഗ്നനായി അവിടെ തന്നെയിരുന്നു. അതുകണ്ട് ഞാൻ പറഞ്ഞു: "നീയെന്താണു ചിന്തിക്കുന്നതെന്നു ഞാൻ പറയട്ടെ?"

"ശരി. പറഞ്ഞോളൂ."

"നിനക്കായിത്തീരാവുന്ന മറ്റു കാര്യങ്ങളെപ്പറ്റി ചിന്തിക്കുകയാണു നീ. ഉദാഹരണത്തിന് മഴക്കാറു നിറഞ്ഞ ആകാശം, ഇരുളുന്നതിനുമുമ്പ്

ആദ്യ മേഘങ്ങൾ വന്നുചേരുന്നത്, പൂജക്കാലം എത്താറാവുമ്പോൾ ചെറി
യൊരു തോണിയിൽ വീട്ടിലേക്കു തുഴഞ്ഞു പോകുന്നത് തുടങ്ങിയവ.
നമുക്ക് നമ്മുടെ വിഷയത്തിലേക്കു കടക്കുമ്പോൾ ഞാനെന്റെ ജീവിത
ത്തിൽ നിന്നുള്ള ഒരു കഥ പറഞ്ഞുതരാം. ഞാൻ ധീരുവിനെ എത്രമാത്രം
ഇഷ്ടപ്പെട്ടിരുന്നു എന്നറിയാമോ? ഒരു ദിവസം പെട്ടെന്ന് ഒരു ടെലഗ്രാം
വന്നു. അവന് ടൈഫോയ്ഡ് ആണെന്ന്. ഞാനന്നു വൈകുന്നേരം മുനുഷ്
ഗഞ്ചിലുള്ള അവന്റെ വീട്ടിലേക്കു പോയി. ഒരാഴ്ച കടന്നുപോയി.
അതൊരു ചൂടേറിയ ദിവസമായിരുന്നു. വിദൂരതയിലെവിടെയോ ഒരു പട്ടി
മോങ്ങിക്കൊണ്ടിരുന്നു. അതെന്നിൽ വിഷാദം നിറച്ചു. സൂര്യൻ മറഞ്ഞു
തുടങ്ങി. പടിഞ്ഞാറുഭാഗത്തുള്ള ആൽമരത്തിന്റെ നിഴൽ വരാന്തയിൽ
വീണിരുന്നു. അടുത്തവീട്ടിലെ പാൽക്കാരി വന്നുചോദിച്ചു. 'കോക്ക
ബാബുവിനെങ്ങനെയുണ്ട്?' അവന്റെ തലവേദന കുറഞ്ഞു. പാദങ്ങളിലെ
വേദനയും. അവനെ ശുശ്രൂഷിച്ചിരുന്നവർക്ക് അല്പം വിശ്രമം കിട്ടി. രണ്ടു
ഡോക്ടറന്മാരെത്തി പരിശോധിച്ചു. അവർ മുറ്റത്തിറങ്ങിനിന്ന് മെല്ലെ
സംസാരിച്ചു. അയാളുടെമേൽ വലിയ പ്രതീക്ഷ വേണ്ടെന്ന് മനസ്സു
പറഞ്ഞു. അവർ പറയുന്നതെന്തെന്നു ശ്രദ്ധിക്കാതെ ഞാൻ നിശ്ശബ്ദനായി
ഇരുന്നു. സന്ധ്യ കൂടുതൽ ഇരുണ്ടു. വേപ്പുമരത്തിനു മുകളിൽ സായാ
ഹനക്ഷത്രം പ്രത്യക്ഷമായി. ദൂരെയുള്ള റോഡിലൂടെ ചണവും കയറ്റി
പ്പോകുന്ന കാളവണ്ടികളുടെ ശബ്ദം തീരെ കേൾക്കാതെയായി. ആകാ
ശത്ത് ഒരു ഇരമ്പൽ കേട്ടു. പടിഞ്ഞാറൻ ആകാശത്തുനിന്നും തണുപ്പും
ഇരുട്ടും നിശ്ശബ്ദതയും കടന്നുവരുമെന്ന് ഞാൻ ചിന്തിച്ചുകൊണ്ടിരുന്ന
തെന്തിനായിരുന്നു എന്നെനിക്ക് അറിയില്ല. ഓരോ ദിനാന്തത്തിലും ഇരു
ട്ടുവരും. എന്നാലിന്ന് ഒരു പ്രത്യേകതരത്തിലുള്ള ഇരുട്ടായിരുന്നു. ഞാൻ
കണ്ണുകളടച്ചു. 'ഇരുട്ട് സാവധാനം കടന്നുവരട്ടെ. ശരീരത്തിലും മനസ്സിലും
അതു പടർന്നു കയറട്ടെ. സമാധാനമേ, ഇരുട്ടേ നീയാണെന്റെ മുത്തോൾ.
അനന്തമായ വർഷങ്ങളുടെ സോദരി. അസ്തമയ വാതിലിൽ നീ നില്ക്കു
മ്പോൾ തന്റെ ചെറിയ സഹോദരൻ ധീരുവിനെ നിന്റെ നെഞ്ചോടു
ചേർത്തു പിടിക്കൂ. അവന്റെ വേദനകളിൽ നിന്നവനെ മോചിപ്പിക്കൂ.' രോഗി
യുടെ ചുറ്റും നിന്നിരുന്നവരിൽനിന്നും നിലവിളി ഉയർന്നു. ഡോക്ടർ വന്ന
വണ്ടി രാത്രിയുടെ നിശ്ശബ്ദതയിലൂടെ തെരുവിലേക്കു കടന്നു. ആ ദിവസം
എന്റെ മനസ്സിലേക്ക് ഇരുട്ട് പടർന്നു കയറിയതായി തോന്നി. ധ്യാനാന്ത
ത്തിലെന്നപോലെ ഞാനെന്നെ അതിൽ പൊതിഞ്ഞു."

സുകുമാരന് ഇതുകേട്ട് എന്തു തോന്നിയെന്ന് എനിക്കറിയില്ല, അവൻ
ഉത്ക്കണ്ഠയോടെ പ്രഖ്യാപിച്ചു. "അങ്ങയുടെ മുത്തോൾ ഒരിക്കലുമെന്നെ
രാത്രിയിൽ കടത്തിക്കൊണ്ടു പോവില്ല. പൂജ അവധി വന്ന് രാവിലെ പത്തു
മണി കഴിഞ്ഞിട്ടും ആർക്കും സ്കൂളിൽ പോകേണ്ടെന്നു വരുമ്പോൾ, രഥ
പ്പുരയ്ക്കടുത്ത മൈതാനത്തിൽ കുട്ടികൾ ക്രിക്കറ്റ് കളിക്കുമ്പോൾ ഞാനാ

അവധി ദിവസ പ്രഭാതത്തിലെ സൂര്യവെളിച്ചത്തിൽ അലിഞ്ഞു പോവു കയേയുള്ളൂ. ഒരു നാടകത്തിലേതുപോലെ."

ഞാൻ നിശ്ശബ്ദനായി അതു കേട്ടിരുന്നു. ഒറ്റവാക്കുപോലും ഉരിയാ ടിയില്ല.

പുപ്പു ഇടപെട്ടു.

"ഇന്നലെ മുതൽ മുത്തശ്ശൻ കുമാരേട്ടനുമായി മാത്രമേ സംസാരി ക്കുന്നുണ്ടായിരുന്നുള്ളൂ. ഇടയ്ക്ക് ഒരു രസത്തിന് എന്നോടല്പവും. കുട്ടി ക്കാലത്തുണ്ടായിരുന്ന പോലെ മുത്തശ്ശന്റെ സ്നേഹം പിടിച്ചുപറ്റുന്ന കാര്യത്തിൽ ഞങ്ങൾ തമ്മിൽ ശത്രുതയിലാണെന്നാണോ കരുതുന്നത്."

"ചിലപ്പോൾ. വളരെക്കുറച്ച്. അതുകൊണ്ടാണല്ലോ ഞാനവനെപ്പറ്റി പറഞ്ഞുകൊണ്ടിരിക്കുന്നത്. നിന്നിലുള്ള അസൂയയുടെ കണികപോലും തുടച്ചുമാറ്റാൻ. വേറൊരു കാരണം കൂടിയുണ്ടതിന്. കുറച്ചു ദിവസ ങ്ങൾക്കുമുമ്പ് സുകുമാരന്റെ അച്ഛൻ ഡോക്ടർ നിദായി യാത്രപറയാൻ എന്റടുത്തു വന്നു."

"യാത്ര പറയാനോ? എങ്ങോട്ട്."

"ഞാൻ നിന്നോടതു പറയാൻ തുടങ്ങിയതാണ് പക്ഷേ, അപ്പോൾ നിന്നെ കണ്ടില്ല. ഇന്നു പറഞ്ഞു കളയാം. നിദായിക്കു സുകുമാരൻ നിയമം പഠിക്കണമെന്നാഗ്രഹമുണ്ട്. അവനാകട്ടെ നന്ദലാൽ ബാബുവിനടുത്തു പോയി പെയിന്റിങ്ങ് പഠിക്കാനും. നിദായി പറഞ്ഞു പെയിന്റിങ്ങ് കൊണ്ട് വിരലുകൾ തിരക്കുള്ളതാക്കാം എന്നാൽ വിശക്കുന്ന വയറിനത് ആഹാരം നല്കില്ല."

"വയറിന്റെ വിശപ്പിനേക്കാൾ എനിക്കു പ്രധാനം പെയിന്റിങ്ങാണ്" സുകുമാരൻ പറഞ്ഞു.

"നീയിതുവരെ അതു തെളിയിച്ചിട്ടില്ല. നിന്റെ ഭക്ഷണത്തിനുള്ള വക യൊന്നും നീയുണ്ടാക്കിയിട്ടുമില്ല."

നിദായി കടുപ്പിച്ചു പറഞ്ഞു.

അച്ഛന്റെ വാക്കുകൾ അവനെ വിഷമിപ്പിച്ചു.

അച്ഛൻ കരുതിയത് മകൻ നിയമ പഠനത്തിനു സമ്മതിച്ചു എന്നാണ്. സുകുമാരന്റെ മുത്തശ്ശൻ കിഴക്കൻ ബംഗാളിലെ ബാരിഷാലിലാണ്. അദ്ദേഹം അല്പം അരപ്പിരിയിളകിയ മട്ടിലുള്ളയാളാണ്. സുകുമാരന് അദ്ദേഹത്തിന്റെ സ്വഭാവത്തോടാണ് കൂടുതൽ ചേർച്ച. അവരിവരും നല്ല സുഹൃത്തുക്കളുമാണ്. അവർ ഇക്കാര്യം പരസ്പരം സംസാരിച്ചു. മുത്ത ശ്ശൻ നല്കിയ പണവും കൊണ്ട് സുകുമാരൻ മറ്റാരുമറിയാതെ വിദേശ ത്തേക്കു കടന്നു. അച്ഛന് ഒരു കത്തെഴുതി വച്ചിരുന്നു.

ഞാൻ പെയിന്റിങ്ങ് പഠിക്കുന്നത് അച്ഛന് ഇഷ്ടമല്ല. നന്നായി. ഞാനതു പഠിക്കുന്നില്ല. ഞാൻ കച്ചവടം പഠിക്കുന്നതാണ് അച്ഛനിഷ്ടം. അതാണു ഞാൻ ചെയ്യാൻ പോകുന്നതും. എന്റെ പരിശീലനം കഴിഞ്ഞ്

ഞാൻ അച്ഛന്റെ അനുഗ്രഹം വാങ്ങാനെത്തും. അതുകിട്ടുമെന്നു ഞാൻ പ്രതീക്ഷിക്കുന്നു."

താൻ പഠിക്കുന്ന കച്ചവടം എന്തെന്നു മാത്രം അവൻ ആരോടും വെളിപ്പെടുത്തിയില്ല. അവന്റെ മേശമേൽ ഒരു ഡയറി കണ്ടെത്തി. അതിൽനിന്നും അവൻ പൈലറ്റാകാൻ പോയതാണെന്നവർ മനസ്സിലാക്കി. ഞാനവന്റെ ഡയറിയുടെ അവസാനഭാഗത്തിന്റെ പകർപ്പ് വരുത്തി. അവൻ ഇങ്ങനെ എഴുതിയിരിക്കുന്നു.

"പുപ്പു വല്ല്യേച്ചിയെ ചന്ദ്രനിലെ അടയാളത്തിൽനിന്നും രക്ഷിക്കാൻ ചിറകുള്ള കുതിരപ്പുറത്തേറി നമ്മുടെ വീടിന്റെ മട്ടുപ്പാവിൽ ഒറ്റം മുതൽ മറ്റേ അറ്റംവരെ നടന്നിരുന്നത് ഞാൻ ഓർക്കുന്നു. ഞാനിപ്പോൾ യന്ത്ര ചിറകുള്ള കുതിരപ്പുറത്തേറാൻ പോകുന്നു. യൂറോപ്പിൽ അവർ ചന്ദ്രനി ലേക്കു പോകാൻ തയ്യാറെടുക്കുന്നു. തരംകിട്ടിയാൽ ഞാനുമതിനു ശ്രമിക്കും. ഇപ്പോൾ ഞാൻ ഭൂമിയിൽ പറന്നു ശീലിക്കാൻ പോവുകയാണ്. അവളുടെ മുത്തശ്ശന്റെ പിതാവിന്റെ ഭാവനയ്ക്കനുസരിച്ച് ഞാനൊരിക്കൽ വരച്ച ചിത്രം കണ്ട് പുപ്പു ചിരിച്ചു. അന്നുമുതൽ പത്തുവർഷത്തോളം ഞാൻ ചിത്രങ്ങൾ വരയ്ക്കാൻ പരിശീലിച്ചു. ഞാനാരെയും ഈ ചിത്ര ങ്ങൾ കാണിച്ചില്ല. അവളുടെ മുത്തശ്ശനു വേണ്ടി ഞാൻ വരച്ച രണ്ടു ചിത്ര ങ്ങൾ ഞാനിവിടെ വയ്ക്കുന്നു. അതിലൊന്ന് ഭൂമിയുടെയും വെള്ളത്തി ന്റെയും ആകാശത്തിന്റെയും ഐക്യത്തെപ്പറ്റിയുള്ളതാണ്. മറ്റൊന്ന് ബരി ഷാലിലുള്ള എന്റെ മുത്തശ്ശന്റെ ഛായാചിത്രവും. ഈ ചിത്രങ്ങൾ പുപ്പു വിനു കാണിച്ചുകൊടുത്ത് അവളുടെ അന്നത്തെ ചിരി തിരിച്ചെടുപ്പിക്കാൻ മുത്തശ്ശനു കഴിയുമെങ്കിൽ അതു നല്ലതായിരിക്കും. അതിനു കഴിഞ്ഞി ല്ലെങ്കിൽ അദ്ദേഹം ആ ചിത്രം വലിച്ചുകീറി കാറ്റിൽ പറത്തട്ടെ. ഇപ്രാ വശ്യം ചന്ദ്രനിലേക്കു പറക്കുന്ന വഴി എന്റെ കുതിര നിശ്ചലമായിപ്പോ വില്ല. ഒരു ഇമവെട്ടലിനകത്ത് ഞാൻ സത്യത്തിന്റെ ഭൂമികയിൽ എത്തി ച്ചേരും. സൂര്യനു ചുറ്റുമുള്ള എന്റെ യാത്രയിൽ ഞാൻ ഭൂമിയിലേക്കുരു കിവീഴും. ഞാൻ അതിജീവിക്കും. ഞാൻ ആകാശത്തിലൂടെ എന്റെ വഞ്ചി തുഴയും. ശൂന്യാകാശത്തുടെയുള്ള യാത്രയിൽ ഒരു നാൾ ഞാൻ പുപ്പു വല്ല്യേച്ചിയെക്കൂടി കൂട്ടും. സത്യയുഗത്തിൽ നിങ്ങൾ എന്താണോ ആഗ്ര ഹിച്ചത് അതു ലഭിക്കും. അതിനായി ഞാനെന്റെ മനസ്സും ശരീരവും തയ്യാ റാക്കും. എന്റെ കുട്ടിക്കാലത്ത് ഞാൻ ആകാശത്തിലേക്ക് മിഴിച്ചു നോക്കു മായിരുന്നു. ഭൂമിയെക്കുറിച്ചുള്ള ലക്ഷോപലക്ഷം ആഗ്രഹങ്ങൾ അപ്പോൾ മനസ്സിൽ നിറയും. പുതിയലോകം സൃഷ്ടിക്കുന്നതിൽ ഈ സ്വപ്ന ങ്ങൾക്കുള്ള പങ്കെന്താണെന്ന് എനിക്കറിയില്ല. എന്റെ വെളിപ്പെടുത്തപ്പെ ടാത്ത ആഗ്രഹങ്ങൾ നെടുവീർപ്പുകളായി ആകാശത്തിൽനിന്നും പെയ്തു വീഴട്ടെ. ആ ആകാശത്തിലാണ് ഞാനിന്നു പറക്കുവാൻ പോകുന്നത്."

പുപ്പു വിഷമത്തോടെ ചോദിച്ചു.
"സുകുമാരേട്ടന്റെ വിശേഷമെന്തുണ്ട്."

"അവനെപ്പറ്റി വിവരങ്ങളില്ലാത്തതിനാൽ അവന്റെ അച്ഛൻ അവനെ അന്വേഷിച്ച് ഇംഗ്ലണ്ടിലേക്കു പോവുന്നു."

അവളുടെ മുഖം വാടി.

അവൾ മെല്ലെ നടന്ന് അവളുടെ മുറിയിലേക്കു പോയി. വാതിലുകൾ അടച്ചു.

സുകുമാരൻ കുട്ടിക്കാലത്തു വരച്ച ചിത്രങ്ങൾ അവളുടെ മേശയ്ക്കകത്ത് ഉണ്ടെന്ന കാര്യം എനിക്കറിയാമായിരുന്നു.

ഞാനെന്റെ കണ്ണട തുടച്ച്, സുകുമാരന്റെ വീട്ടിലേക്കു നടന്നു. ആ കീറിയ കുട അവിടെ മട്ടുപ്പാവിൽ കണ്ടില്ല. പാതി കരിഞ്ഞ വടിയും അവിടെയുണ്ടായിരുന്നില്ല.